NHÍCH TỚI THÀNH CÔNG

Với 52 Thói Quen Nhỏ

Tác giả: Fususu

ĐÔI NÉT VỀ TÁC GIẢ

FuSuSu

Nguyễn Chu Nam Phương

Dù 4 điểm Văn, nhưng lại tự viết và xuất bản tới cả chục đầu sách, và giúp nhiều tác giả khác xuất bản sách.

Dù hướng nội, ngại giao tiếp, nhưng lại vô địch thuyết trình hài hước Toastmasters 5 nước Đông Nam Á.

Về hưu trước tuổi 30, sống cuộc đời thong dong ý nghĩa, làm việc mình thích, ở nơi mình muốn...

MỤC LỤC

Lời nói đầu

Đã bao giờ bạn cố gắng thay đổi, để rồi chỉ được mấy hôm?

Tôi bắt đầu hành trình thay đổi bản thân từ 2008, khi còn là sinh viên năm nhất. Với hoài bão to lớn, tôi đã tham gia rất nhiều khóa học tạo động lực mạnh mẽ. Chúng đã thay đổi tôi rất nhiều về mặt tư duy, còn kết quả thực tế thì... bạn biết rồi đấy.

Tôi chỉ bắt đầu có những kết quả thú vị, khi nhận ra động lực chỉ là thứ giúp bạn ra quyết định, còn thực lực mới là thứ đưa bạn về đích. Và thứ giúp bạn gia tăng thực lực mỗi ngày, chính là những thói quen của bạn.

Làm chủ cả cuộc đời nghe thật là to tát, nhưng suy cho cùng, cuộc đời là khoảng 29 ngàn ngày. Nếu bạn thay đổi mỗi ngày bằng những thói quen nhỏ này, tất nhiên cả cuộc đời bạn sẽ có những kết quả tuyệt vời!

Cuốn sách là tập hợp những thói quen nhỏ mà có võ, tôi đã học hỏi và áp dụng trong nhiều năm qua. Bạn có thể đọc từ đầu tới cuối, hoặc đọc ngẫu nhiên một thói quen mà bạn thích, điều quan trọng nhất là áp dụng.

Nếu bạn gặp khó khăn khi áp dụng, ở cuối sách có một món quà, là một khóa tự học 7 ngày giúp bạn tạo bất cứ thói quen nào một cách khoa học. Để có những kiến thức ấy, tôi đã phải đầu tư hàng chục triệu và nhiều năm trải nghiệm, nhưng vì một thế hệ người Việt thay đổi bản thân bền vững, tôi quyết định tặng cho bạn miễn phí.

Chúc bạn thay thói quen đổi cuộc đời!

Fususu, Nguyễn Chu Nam Phương

P.s. Ngoài ra trong mỗi phần đều có một câu nói hay, bạn có thể quét mã QR bên trên để nhận mỗi ngày một câu nói cảm hứng (song ngữ) qua Messenger từ Fususu nhé!

#1 – Thay Password Đổi Cuộc Đời

Liệu việc thay mật khẩu (Password) có thể thay đổi cuộc đời của một con người? Đây là câu chuyện hoàn toàn có thật. Được Mauricio, một Designer chia sẻ trên Medium.com, một nền tảng Blog cũng có tiếng tăm.

Một ngày trời u ám năm 2011, Mauricio đang ngồi trước màn hình máy tính với một tâm trạng u ám không kém gì đám mây ngoài kia. Vợ anh vừa mới đòi li dị, và hãy xem máy tính đã đưa cho anh gợi ý gì vào lúc này? "Password đã hết hạn, hãy đổi ngay."

Mauricio đã làm một việc tưởng chừng đơn giản, nhưng không ngờ đã thay đổi hoàn toàn cuộc đời mình. Anh đã đặt mật khẩu là "Forgive@her" (tha thứ cho cô ấy), và liên tục gõ mật khẩu đó trong 30 ngày sau đó. Tâm trạng anh không những tốt hơn, mà anh còn phát hiện ra một cách thay đổi bản thân thú vị.

Do yêu cầu công việc, mà cứ mỗi 30 ngày máy tính lại yêu cầu anh đổi mật khẩu một lần. Mỗi tháng, Mauricio đã thử dùng một mật khẩu dưới đây và hiệu quả thật là bất ngờ.

Forgive@her ← Tha thứ cho cô ấy, người vợ cũ.

Quit@smoking4ever ← Bỏ hút thuốc đi. Thành công!!!

Save4trip@thailand ← Tiết kiệm tiền du lịch Thái Lan. Thành công!

Eat2times@day ← Ăn hai lần một ngày, không thành công lắm, vẫn béo.

Sleep@before12 ← Đi ngủ trước 12 giờ. Thành công.

Ask@her4date ← Hẹn hò với cô ấy. Thành công, đã có bạn gái mới.

No@drinking2months ← Ngừng rượu bia trong 2 tháng. Thành công tuyệt vời!

Get@c4t! ← Kiếm một con mèo. Thành công, đã có một con mèo tuyệt đẹp.

Facetime2mom@sunday ← Nói chuyện với mama vào chủ nhật. Thành công, tuần nào cũng thực hiện.

Một câu chuyện thật là truyền cảm hứng, và cũng là một thói quen nhỏ cực kỳ đáng để thử. Còn chờ gì nữa mà không áp dụng ngay hôm nay? Nếu áp dụng cho hòm mail, mật khẩu đăng nhập windows/mac, đăng nhập facebook là bạn đã có ít nhất ba công cụ nhắc nhở rồi!

Bên cạnh đó, trong một số trường hợp, bạn bị yêu cầu phải đặt một mật khẩu mạnh mẽ, gồm chữ HOA, chữ thường, con số và một ký tự đặc biệt, bạn có thể áp dụng nguyên tắc dưới đây để tăng độ mạnh cho mật khẩu của bạn.

A, e, i, o là các nguyên âm rất phổ biến, bạn chỉ cần chuyển a thành @, i thành !, e thành số 3, o thành số 0 là có thể đảm bảo yêu cầu độ mạnh cho mọi mật khẩu của mình rồi, nếu cần thì bạn có thể thêm g là 9, s là $, t là 1. Bạn có thể tham khảo một số mật khẩu dưới đây.

Mật khẩu gia tăng tự trọng

Tôi Đáng Yêu --- 1oi_d@ng_y3u

Tự Tin Lên --- 1u_1in_l3n

Tôi Kiên Trì --- t0i_ki3n_tri

Mật khẩu nhắc nhở tạo thói quen

Đi Ngủ Sớm --- di_ngu_s0m

Nhớ Tập Chạy --- nho_t@p_chay

Học Tiếng Anh --- h0c_ti3ng_@nh

Mật khẩu nhắc thực hiện mục tiêu

Đi Du Học 2020 --- di_du_h0c_2o2o

Đọc 50 cuốn sách --- d0c_50_s@ch

Triệu phú tuổi 30 --- tri3u_phu_30t

Tất nhiên, sẽ có mục tiêu tháng, mục tiêu năm nên bạn tùy cơ ứng biến và áp dụng linh hoạt nhé.

#2 - Bước lên bàn cân

Cân nặng là chỉ số rất quan trọng khi đánh giá sức khỏe. Đó là lí do khi một đứa trẻ sinh ra, ngoài trai hay gái ra thì ai cũng quan tâm xem nó "nặng bao nhiêu cân". Song khi lớn lên, thường thì người ta quan tâm tới cân nặng khi gặp vấn đè gì đó: ốm yếu, hoặc phát phì. Và đó là một sai lầm lớn.

Theo một nghiên cứu tại Trường Y khoa Verginia, Hoa Kỳ, với hơn 178 người béo phì trong quá trình giảm cân kéo dài 18 tháng, Tiến sĩ Jessica LaRose cho biết, những người bước lên bàn cân hằng ngày có kết quả tốt hơn so với những người ít chú ý tới số cân nặng của mình.

Việc tự cân mỗi ngày không chỉ giúp chúng ta nắm được thể trạng cơ thể, mà còn tạo động lực giúp hoàn thành mục tiêu giảm cân. Bước lên bàn cân mỗi ngày không chỉ dành cho người giảm béo, mà bất cứ ai cũng nên làm.

Ngoài ra, số cân nặng của bạn sẽ có sự thay đổi trong ngày, thậm chí trong vòng một vài giờ, do đó để hiệu quả nhất thì bạn nên đặt cân cố định ở một vị trí, và chọn một thời điểm cố định trong ngày để cân là chính xác nhất.

Hãy tin tôi đi, tự cân mỗi ngày là thói quen sẽ giúp bạn duy trì sức khỏe của bạn hoàn toàn miễn phí đấy. Đừng để đến khi ốm nhom, hoặc béo phì rồi mới bước lên bàn cân một cách ái ngại, hãy tự tin bước lên bàn cân mỗi ngày.

#3 - To-done List

Tôi viết sai chính tả ư? Không. To-do list thì ai cũng biết, đó là danh sách những việc cần làm. Nó rất có ích, nhưng cũng mang lại những ngày ngán ngẩm khi liệt kê việc thì nhiều, mà làm chẳng được bao nhiêu. Vì thế, To-done list đã ra đời!

Nếu như To-do list là danh sách việc phải làm, thì To-done list là danh sách những việc thú vị bạn đã làm được trong ngày, kể cả những việc không có mặt trong To-do list. Điều này giúp To-done list trở thành một phần thưởng tuyệt vời, giúp truyền cảm hứng cho bạn lúc cuối ngày.

Nếu ví To-do list là một chiếc la bàn, giúp con tàu đi đúng hướng thì To-done list là một người đầu bếp vui tính, động viên thủy thủ đoàn khi con tàu chệch hướng do la bàn có vấn đề. To-done list giúp bạn cân bằng lại cảm xúc, khiến bạn cảm thấy ngày đó trôi qua cũng không đến nỗi tệ, thậm chí đôi khi lại thú vị.

Đơn giản là vào mỗi cuối ngày, hãy liệt kê ra ít

nhất 5 việc tốt mà bạn đã làm được, từ đơn giản tới phức tạp, từ việc nhỏ tới việc to. Ít nhất 5 việc.

Dưới đây là một vài câu hỏi gợi ý:

✓ *Hôm nay bạn đã giúp đỡ ai điều gì?*

✓ *Hôm nay bạn đã tập thể dục chưa?*

✓ *Hôm nay bạn đã làm điều gì mới lạ?*

✓ *Hôm nay bạn đã tốt hơn hôm qua thế nào?*

✓ *Hôm nay bạn đã làm việc gì mà lâu không làm?*

✓ *Hôm nay bạn đã tự khen mình lời nào chưa?*

✓ *Hôm nay bạn phát hiện ra mình có gì đáng yêu?*

Nhiều người (trong đó có tôi) còn gọi To-done list với một cái tên thân mật hơn là Nhật ký Thành công. Hãy thực hiện mỗi ngày, và chắn chắn đích thân bạn sẽ trải nghiệm được những lợi ích vô cùng to lớn của thói quen này đấy.

Ngoài ra để thực hiện tốt thói quen này, bạn nên làm riêng một cuốn sổ tay xinh xắn nhé!

#4 – Viết mục tiêu ra giấy

Bạn có biết lý do hầu hết mọi người đều không thành công không? Không hẳn là do họ năng lực kém, hay thiếu điều kiện gì đó, mà đơn giản là họ đã không có mục tiêu rõ ràng. Có thể việc ngồi xuống bây giờ, đặt ra mục tiêu không gấp gáp bằng việc hôm nay sẽ ăn gì, nhưng nó sẽ ảnh hưởng tới cả đời bạn!

Song không phải ai đặt ra mục tiêu cũng thành công, có rất nhiều nguyên nhân. Và một trong những nguyên nhân đơn giản nhất là... họ đã không viết mục tiêu đó ra giấy. Trí nhớ con người thật kỳ lạ, nó toàn nhớ những thứ nên quên và toàn quên thứ cần nhớ. Không viết ra giấy, họ đã quên mất mục tiêu, bởi vô vàn lý do khác nhau.

Chưa hết, không phải mục tiêu nào viết ra giấy cũng sẽ được hoàn thành. Để tỉ lệ thành công cao nhất, bạn cần phải biết cách. Và đây là những nguyên tắc đơn giản nhưng hiệu quả mà tôi đã đúc rút từ những bậc thầy về thành công trên thế giới như Brian Tracy, Tony Robbin, Zig Ziglar, Adam Khoo...

#1 - Viết mục tiêu ở thể khẳng định

Có thể bạn phân biệt được từ KHÔNG hay CÓ, nhưng tiềm thức thì chịu. Bằng chứng là cứ chỗ nào CẤM vứt rác, là anh em bà con vứt rác. Do vậy, thay vì viết rằng tôi sẽ không béo, hãy viết tôi sẽ giảm cân. Thay vì viết rằng tôi sẽ bớt nghèo, hãy viết tôi sẽ giàu.

#2 – Có những con số trong mục tiêu

Những con số sẽ làm cho mọi chuyện trở nên rõ ràng hơn. Ví dụ, thay vì viết tôi sẽ giảm cân, hãy viết tôi sẽ giảm 3kg trong 1 tháng. Thay vì viết tôi sẽ giàu, hãy viết tôi có thu nhập hàng tháng là 3000$. Những con số sẽ gây ấn tượng mạnh mẽ hơn tới não bộ, song có một lưu ý.

Đó là đôi khi chọn mục tiêu quá cao, sẽ khiến bạn nghi ngờ không biết liệu mình có làm được không. Kinh nghiệm là hãy lên mạng, tìm xem có người nào đã làm được mục tiêu tương tự bạn chưa, và tham khảo. Nó sẽ giúp bạn tin tưởng hơn vào độ khả thi của mục tiêu mình đã đề ra.

#3 - Viết mục tiêu ở thì hiện tại hoặc quá khứ

Đây là tuyệt chiêu của Brian Tracy, hãy làm như là bạn đã hoàn thành mục tiêu đó. Ở đầu trang giấy bạn có thể viết ngày vào một thời điểm trong tương lai, ví dụ, Ngày 18/5/2020, tôi đã sở hữu một căn nhà 2 tầng tuyệt đẹp ven bãi biển; Tôi đang có một thân hình lực lưỡng với 6 múi nhìn thấy rõ v.v...

Tôi tin rằng ba mẹo bỏ túi trên đây sẽ giúp bạn biết cách đặt ra mục tiêu đúng đắn. Ngoài ra còn một kinh nghiệm cuối cùng, là bạn hãy tập thói quen: xem lại mục tiêu, hàng ngày, vào buổi sáng, ngay khi thức dậy. Điều này không chỉ giúp cho mục tiêu đó hằn sâu vào não bộ, mà còn giúp bạn sử dụng thời gian trong ngày hiệu quả hơn, để tiến tới mục tiêu đó đấy!

#5 - Đặt đồng hồ báo ngủ

Hầu hết mọi người đều đặt đồng hồ báo thức, chứ ít ai lại đặt đồng hồ báo... đi ngủ. Và đó là lý do khiến cho họ ngày càng thức khuya hơn, ảnh hưởng nặng nề tới sức khỏe mà không hề hay biết.

Giấc ngủ chiếm tới 1/3 cuộc đời mỗi người, nó rất quan trọng song rất ít người quan tâm đúng mức tới nó. Theo nghiên cứu khoa học, từ 23h tới 4h sáng là lúc cơ thể tiến quá trình tạo máu và bài trừ các chất độc ra khỏi cơ thể.

Do vậy những ai không ngủ đủ giấc hoặc thức suốt khoảng thời gian từ 23h cho tới 4h sáng, là đang mở rộng cánh cửa để chào đón vô vàn các loại bệnh tật từ giảm trí nhớ, mất tập trung cho tới... ung thư.

Đặt đồng hồ báo thức vào lúc 23h, và khi đồng hồ reo là lên giường nằm ngủ. Một thói quen đơn giản nhưng có thể tiết kiệm cho bạn hàng trăm triệu tiền viện phí về sau đấy. Còn chờ gì nữa? Hãy hành động thôi!

Vì một thế giới không còn "cú đêm chết yểu",

hãy đặt đồng hồ báo ngủ, và tập thói quen ngủ sớm ngay từ ngày hôm nay bạn nhé. Ngoài ra tôi cũng có viết hẳn một Blog về cách cách dậy sớm tự nhiên, không cần đồng hồ.

Hãy google từ khóa "cách dậy sớm tự nhiên" và tìm Blog Fususu nhé!

#6 - Vừa làm vừa nghỉ

Có bao giờ bạn bị mệt khi làm việc hoặc học trong thời gian dài không? Bạn loay hoay mãi mà không tìm ra giải pháp? Sự thật là bạn không cần phải quá vất vả như vậy khi biết được bí mật sau.

Bí mật đó là bộ não thông thường chỉ có khả năng tập trung trong khoảng 20-25 phút. Nếu bạn cứ cố gắng duy trì sự tập trung liên tục, thì sau 2h đó, bạn sẽ rất mất sức, và phải mất ít nhất 1 tiếng để bộ não nạp lại năng lượng.

Thay vì làm việc liên tục trong khoảng 2 tiếng, vừa mệt, vừa không hiệu quả, hãy chia khoảng thời gian đó ra làm 4 lần: làm việc 25 phút, nghỉ 5 phút. Rồi lại làm việc 25 phút, nghỉ 5 phút v.v... bạn sẽ thấy hiệu quả khác biệt!

Nghe thật đơn giản và hơi kì lạ, nhưng rất nhiều người trên thế giới, và ở Việt Nam đã sử dụng chiến thuật Pomodoro (tiếng Ý, quả cà chua) này để nâng cao gấp đôi hiệu suất làm việc của mình đấy.

Cá nhân tôi tự làm cho mình những Audio

Pomodoro với âm nhạc và tín hiệu báo kết thúc các phiên làm việc 25 phút, nghỉ 5 phút... giúp tôi có thể "cày" tận 4 tiếng liền mà không mệt. Bạn có thể tham khảo và tải tại đây.

#7 - Đặt tên thú vị

Có bao giờ bạn cảm thấy lãng phí thời gian? Bạn muốn quản lý thời gian hiệu quả hơn? Hãy tạm gác lại những phương pháp lập kế hoạch cao siêu, hoặc những công cụ quản lý thời gian phức tạp, để có thể đến với một thói quen nhỏ nhưng có võ: Đặt tên cho việc mình làm.

Suy cho cùng, quản lý thời gian hiệu quả là để làm gì? Một là để không lãng phí thời gian - tài sản không tiền nào mua được. Và hai là dùng khoảng thời gian tiết kiệm được đó để thực hiện ước mơ của bạn. Và thói quen "Đặt tên cho việc mình làm" sẽ giúp bạn làm được cả hai điều này.

Đơn giản là trước khi bạn bắt tay vào làm một việc gì đó, hãy dành ít giây tự đặt một câu hỏi, "Việc mình định làm bây giờ sẽ có tên là gì?" Câu hỏi này sẽ giúp tâm trí bận rộn của bạn dừng lại vài khoảnh khắc để suy ngẫm một cách tỉnh táo hơn về việc mình định làm, và nhiều lợi ích khác nữa.

Đôi khi đặt câu hỏi này xong, bạn sẽ thấy việc mình định làm sẽ không nên làm nữa. Ví dụ, bạn vừa xem xong một tập phim, bạn đặt câu hỏi này, và câu trả lời bật lên "xem nốt một tập nữa thôi", nhưng rồi bạn chợt nhận ra điều gì đó, "Ồ, việc này nghe quen quen, hình như... lúc nãy mình làm rồi mà!" – Vì thế, nó giúp bạn "dứt" ra khỏi những việc làm lãng phí thời gian.

Bên cạnh đó, khi mỗi công việc bạn làm đều có một cái tên thú vị, thì không những tỉ lệ ghi nhớ để thực hiện sẽ cao hơn, mà bạn còn có cảm hứng hơn để làm. Thay vì một cái Todo-list chán ngắt, bạn nghĩ sao nếu trên đó có những đầu mục công việc ngộ nghĩnh như thế này?

✓ Chinh phục đỉnh Pi (bản chất là luyện tập ghi nhớ dãy số dài)

✓ Bụng 6 múi 6 tháng (bản chất là... xách dép lên và tập thể dục)

✓ Gặp quý ngài thành công (Viết nhật ký thành công)

✓ Master Chef (đi nấu cơm)

✓ Master Dish (rửa bát đũa)

✓ Tuốt lại vẻ đẹp trai (đi tắm ấy mà ^^!)

✓ Nói chuyện với Brian Tracy (đọc sách của bác ấy í mà)

Không chỉ khiến cho Todo-list của bạn trở nên thú vị, mà tính bảo mật còn được nâng lên rất cao nữa đấy. Nhỡ có ai đọc được, thì họ sẽ không hiểu gì, và cũng có thể tò mò nữa. Lúc đó bạn có thể tranh thủ giới thiệu cho họ luôn phương pháp thú vị này.

Còn chờ gì nữa? Việc tiếp theo bạn định làm sau khi đọc bài này là gì? Hãy đặt ngay bất cứ việc nào bạn làm một cái tên thú vị, để bạn sẽ không bao giờ phải làm những việc... không có tên!

#8 – Giữ lưng thẳng

Nếu phải bước về phía trước, hãy luôn giữ lưng thẳng. Vì sao? Có thể bạn không tới đích, nhưng ít nhất thì vẫn tránh được nhiều bệnh về cột sống. Thật đấy, khoa học đã chỉ ra việc giữ cho lưng thẳng có rất nhiều lợi ích.

Đầu tiên là cái gì lâu không dùng thì rất dễ hư hỏng. Khi bạn đứng, ngồi thẳng lưng, các cơ quanh vùng lưng, bụng sẽ phải buộc hoạt động nhiều hơn để giữ cho bạn có tư thế đúng, và hỗ trợ cột sống tốt hơn. Nhờ thế, chúng "đỡ hư hỏng" hơn so với các tư thế ngồi xiêu vẹo khác.

Thứ hai, khi bạn để vai thõng, phổi bị nén và khó mà thực hiện tốt chức năng trao đổi khí, cung cấp oxy cho cơ thể, dẫn tới cảm giác mệt mỏi. Còn khi bạn giữ tư thế lưng thẳng, phổi sẽ có thể nhận được lượng oxy cần thiết và giúp bạn có nhiều năng lượng hơn, khỏe mạnh hơn.

Thứ ba, tư thế lưng thẳng sẽ tạo ra sự tự tin cho bạn. Gần đây, Amy Cuddy, một nhà tâm lý học xã hội tại Harvard đã thực hiện một nghiên cứu về mối liên hệ giữa tư thế và sự tự tin. Cuddy tiết lộ: Những người có tư thế chuẩn, tự tin và mạnh mẽ sẽ thành công hơn so với người khác. Do vậy, hãy luôn giữ lưng thẳng ở mọi tư thế bằng những mẹo hay xài được ngay trong cuộc sống hằng ngày này.

✓ *Ngay khi xong đọc bài viết này (hoặc bất cứ bài nào), hãy kiểm tra xem lưng của bạn có đang thẳng hay không.*

✓ *Đặt một chiếc gối ở sau lưng khi ngồi sẽ hỗ trợ và nhắc nhở bạn giữ lưng thẳng khi ngồi tốt hơn.*

✓ *Khi đi qua một chiếc gương, hãy để ý xem dáng đi của bạn có thẳng hay không và điều chỉnh.*

✓ *Nếu thấy một cái xà đơn, hãy nhảy lên, hai tay giữ chặt xà, người thả lỏng, giữ ở đó càng lâu càng tốt.*

✓ *Khi bê vác đồ vật, không khom lưng mà hãy ngồi xổm, sau đó bê đồ vật lên với tư thế lưng thẳng.*

Với các mẹo này, chúc bạn đến đích trong một tư thế hiên ngang, lưng thẳng, chứ không bị gù!

#9 – Dọn ngay một thứ

Một câu hỏi tế nhị, song rất đáng để hỏi: Bạn có gọn gàng không?

Vào năm 2009, hai nhà khoa học Saxbe và Repetti đã đăng tải nghiên cứu của mình lên tạp chí nổi tiếng Personality and Social Psychology Bulletin. Theo đó, họ đã khảo sát hai nhóm người: Một là những người thừa nhận rằng mình khá bừa bộn; nhóm thứ hai thì khá gọn gàng. Kết quả khảo sát và kiểm tra sức khỏe cho thấy những người thuộc nhóm thứ nhất có nhiều dấu hiệu trầm cảm, mệt mỏi và stress cao hơn hẳn những người thuộc nhóm thứ hai.

Mà cũng chẳng cần đọc nghiên cứu đâu xa, bạn còn nhớ cái cảm giác thoải mái sau khi dọn dẹp xong một thứ gì đó?

Nói chung là gọn gàng có rất nhiều lợi ích, không chỉ giúp bạn cảm thấy thoải mái hơn, mà người ngoài nhìn vào căn nhà sạch sẽ hoặc khu làm việc ngăn nắp của bạn cũng sẽ có thiện cảm hơn nhiều (và có thể lấy bạn làm tấm gương để học hỏi). Vì vậy, hãy cố gắng trở nên gọn gàng ngay hôm nay. Tất nhiên, trong trường hợp bạn đã là người gọn gàng sẵn rồi, thì thói quen nhỏ này vẫn có ích, bạn có thể chỉ cho một ai đó đang cần trở nên gọn gàng hơn.

Thói quen này là dọn ngay một thứ. Đơn giản là mỗi lần đứng dậy khỏi bàn làm việc, thì nhìn lại hoặc nhìn xung quanh đó xem có một thứ gì đó nho nhỏ có thể dọn dẹp được hay không. Đôi khi chỉ là đặt một cái bút vào hộp thôi, cũng được rồi. Hành động này tuy nhỏ nhưng có võ đấy, vì hãy tưởng tượng cả ngày bạn đứng lên ngồi xuống bàn làm việc bao nhiêu lần? Và nhiều khi tiện tay, ta sẽ không chỉ dọn một thứ đâu, mà còn có cảm hứng... dọn cả bàn luôn ấy chứ.

Đây là một số gợi ý về những thứ nho nhỏ có thể dọn được.

- ✓ *Đặt bút hoặc những đồ vật nho nhỏ vào hộp*
- ✓ *Bỏ một tờ giấy thừa nào đó vào sọt rác*
- ✓ *Xếp lại một vài tài liệu ngổn ngang*

✓ *Đặt lại đúng vị trí một đồ vật đang để sai vị trí*

✓ *Thay đổi vị trí một cuốn sách hoặc tài liệu cho dễ lấy hơn*

✓ *Dùng khăn giấy lau nhanh mặt bàn cho đỡ bụi*

✓ *Kê lại ghế ngồi cho ngay ngắn*

Còn chờ gì nữa, hãy nhìn xung quanh bạn xem có thứ gì đó nho nhỏ có thể dọn ngay luôn không, và thực hiện nhé. Tích tiểu thành đại, góp gió thành bão mà!

#10 - Sớm hơn 10 phút

Tôi có một người bạn thời sinh viên, và nếu như bạn hỏi cả lớp xem ai là người đáng tin tưởng nhất, thì đó là anh ấy. Sau này khi đi làm, anh ấy cũng rất nhanh chóng được cất nhắc lên vị trí thư ký cho giám đốc, một vị trí đòi hỏi sự tin tưởng rất cao. Có được sự tin tưởng của người khác, giống như bạn có trong tay chìa khóa để mở cửa trái tim họ.

Bí quyết của anh ấy đơn giản đến không ngờ. Đầu tiên là bạn phải có một chiếc đồng hồ đeo tay. Nhớ là đồng hồ đeo tay nhé, đồng hồ cơ thì càng tốt, vì đồng hồ trên di động hay Smartwatch bây giờ hay có chế độ tự đồng bộ giờ qua Internet, sẽ gây khó khăn cho bạn khi thực hiện thói quen cực hữu ích này: Chỉnh đồng hồ để bạn luôn sớm hơn 10 phút so với người khác.

Ví dụ trên đồng hồ của mọi người là 10h, thì trên đồng hồ của bạn sẽ là 10h10, và mọi người sẽ luôn... muộn hơn bạn 10 phút. Có lẽ không cần nói bạn cũng biết lợi ích mà thói quen này mang lại. Đầu tiên là bạn sẽ luôn làm mọi thứ sớm hơn 10 phút so với người khác. Vào lớp sớm hơn 10 phút, có mặt trong buổi họp sớm hơn 10 phút, hoàn thành nhiệm vụ sớm hơn 10 phút v.v... và ai lại không tin tưởng những người luôn tới sớm hơn người khác?

Bên cạnh đó, trong 10 phút bạn có thể làm được rất nhiều chuyện hay ho. Nếu như trong một cuộc họp, bạn có thể tán gẫu với những người tới sớm khác; Nếu như trong một cuộc hẹn, bạn có thể tranh thủ đọc vài trang sách; Và trong mọi trường hợp, bạn sẽ luôn bình thản, chẳng bao giờ phải gấp gáp nữa cả.

Còn chờ gì nữa, hãy thử ngay bây giờ và gia nhập hội những người luôn sớm hơn 10 phút và được tin tưởng hơn trong cuộc sống. Hãy chỉnh đồng hồ của bạn sớm hơn 10 phút. Nếu không có đồng hồ đeo tay và buộc phải chỉnh giờ trên di động, thì bạn hãy nhớ tắt chế độ Automatically Sync đi nhé!

#11 - Xem một nửa phim

Có một thời gian tôi bị nghiện phim dài tập của Hàn Quốc, đạo diễn quá tốt, diễn viên quá giỏi, luôn khiến người ta phải dán mắt vào màn hình hết tập này tới tập khác. Nếu như bạn xem trên TV mỗi tuần chiếu một tập thì cũng không sao, nhưng tôi lại xem trên Internet, với khả năng có thể xem được trọn bộ liên tục. Tôi đã từng dán mắt vào Smartphone và cày liên tục 8 tập, mỗi tập 1 tiếng liền mà vẫn muốn xem tiếp. Thật là nguy hiểm!

Song thật may mắn, tôi đã tìm ra cách để tự giải thoát mình khỏi cái bẫy tiêu tốn thời gian đó, mà chính xác hơn là cái bẫy "Xem nốt một tập nữa thôi". Bạn biết một sự thật gì không? Khi người ta nói, "Xem nốt tập nữa thôi" thì hầu hết là sau khi xem xong tập "nốt" đó, người ta lại xem thêm tập nữa. Vì đó là ý đồ của các nhà làm phim, thường thì khi kết thúc mỗi tập, bao giờ họ cũng có một tình tiết gây tò mò, kích thích ham muốn xem tiếp của bạn.

Muốn thoát khỏi cái bẫy này, bạn cần làm một việc khác đi. Đó là thay vì "xem nốt một tập nữa thôi", hãy "xem nốt nửa tập nữa thôi" (thay vì cả tập). Bạn sẽ nhận ra việc tách mình ra khỏi tập phim lúc nó mới chiếu được một nửa, sẽ dễ dàng hơn là tách ra lúc bạn đã ở cuối tập phim, nơi mà đạo diễn sẽ dùng mọi nỗ lực để kích thích sự tò mò của bạn đón xem tập tiếp theo.

Tất nhiên, cũng sẽ có trường hợp bạn bị bộ phim cuốn hút từ đầu đến cuối và không sao dừng lại được ở đoạn giữa. Nếu vậy, bạn hãy... đặt đồng hồ và căn khi tới một nửa phim thì đồng hồ reo lên. Tin tôi đi, thoát ra từ giữa phim, bao giờ cũng dễ hơn là thoát ra ở cuối phim, điều này đúng với các bộ phim dài tập. Một cách khác là để ý khúc giữa phim, sẽ có một khoảnh khắc các nhân vật "nghỉ", tức là chưa tới đoạn gay cấn... thì lúc đó bạn nên dừng luôn.

Hi vọng thói quen này sẽ giúp ích cho bạn ngay bây giờ, hoặc trong tương lai, hoặc cho một ai đó đang rất cần. Hãy chia sẻ bí kíp thú vị này cho họ. Ngoài ra, bạn cũng hãy thử áp dụng cách xem một phần bộ phim mà xem, ví dụ thay vì dành 120 phút xem cả bộ, hãy chia nhỏ mỗi ngày xem 20 – 30 phút, đây là một cách thưởng thức phim mới lạ, vừa cũng giúp bạn tập thói quen làm chủ cảm xúc luôn đấy!

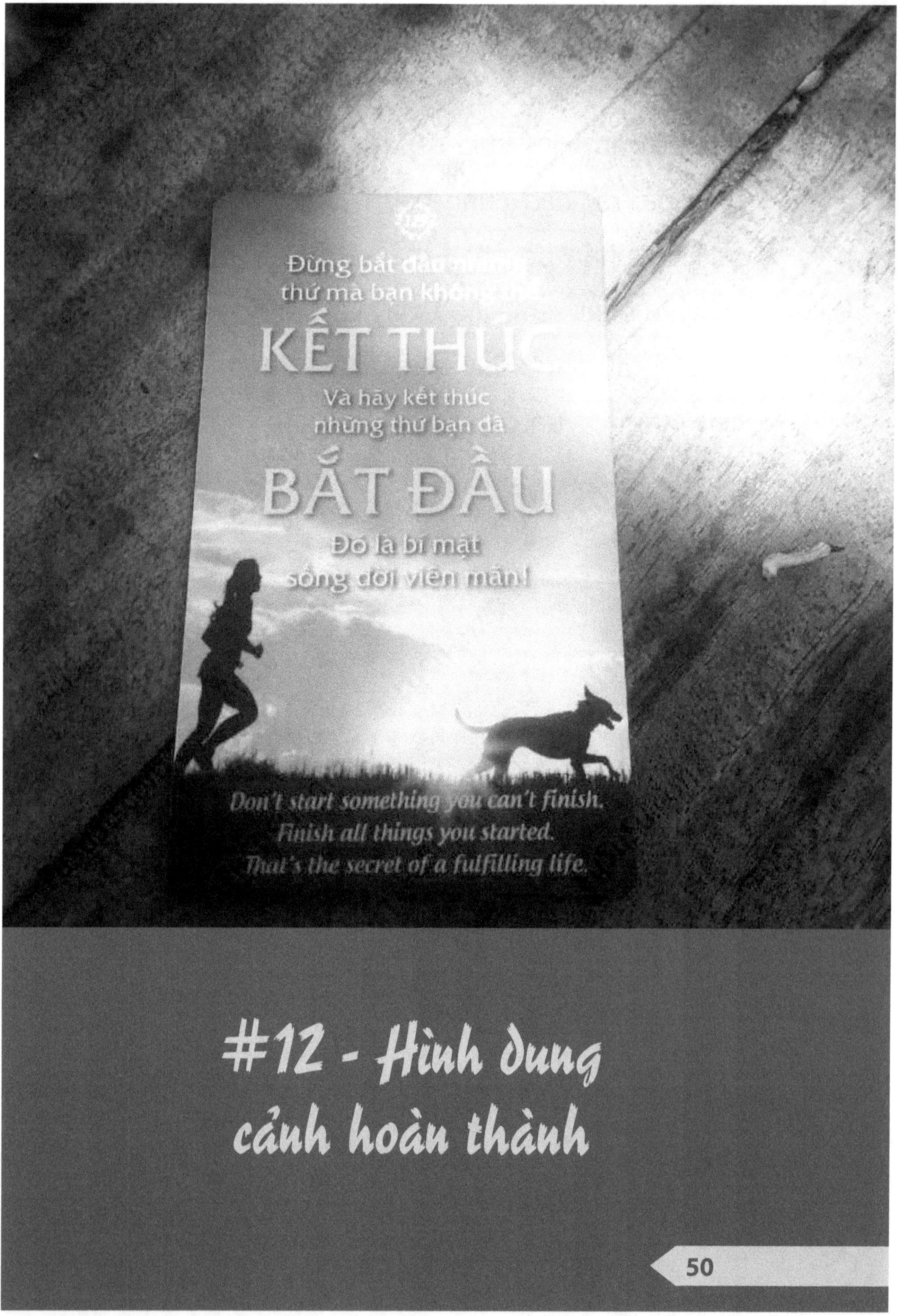

#12 - Hình dung cảnh hoàn thành

Cho dù bạn có tin hay không, thì quy luật sau đây vẫn tồn tại: Mọi thứ trên đời này, từ những phát minh vĩ đại nhất, cho đến thành công lớn nhỏ, đều được tạo ra ít nhất hai lần. Và lần đầu tiên luôn là trong sự tưởng tượng của ai đó.

Bạn sẽ khó mà đọc được dòng chữ này, nếu như ý tưởng về một thế giới mà ai cũng có thể sở hữu máy tính cá nhân, không nảy ra trong trí tưởng tượng của Bill Gates. Hoặc nếu như ý tưởng về việc tìm kiếm dữ liệu dễ dàng trong các máy tính không được tạo ra trong đầu Tim Berners-Lee vào năm 1980, giúp ông phát minh ra W.W.W hay còn gọi là mạng Internet như hiện nay.

Mọi thứ trên đời đều xuất hiện hai lần, và lần đầu tiên là trong tâm trí bạn. Đây không chỉ là một quy luật đã giúp rất nhiều người thành công, mà còn là một gợi ý tuyệt vời giúp bạn hoàn thành xuất sắc mọi nhiệm vụ đã đề ra. Đó là gì?

Mỗi lần chuẩn bị bắt tay vào làm việc, hãy hình dung thật rõ ràng cảnh tượng khi bạn hoàn tất xong công việc đó, rồi mới bắt tay vào làm. Hoặc những lúc lười, không có cảm hứng làm việc nào đó, thì bạn cũng hãy thử nhắm mắt và hình dung ra cảnh tượng sung sướng sau khi mình làm xong xem sao. Bạn sẽ không chỉ thấy mình hào hứng hơn, mà kết quả công việc cũng sẽ tốt hơn đấy.

#13 - Đổ đầy bình nước

Hầu hết mọi người đều biết uống đủ 2 lít nước mỗi ngày không chỉ giúp cơ thể khỏe mạnh, mà tinh thần của bạn cũng luôn hăng hái. Song hầu hết mọi người không rèn luyện được thói quen này. Bạn có biết vì sao không? Đây là câu trả lời của tôi, cũng là một trải nghiệm thấm thía.

Hồi học sinh, dù bôi cả tấn kem chống nẻ nhưng môi của tôi lúc nào cũng nứt nẻ toác cả máu. Sau này có người nói là do mình lười uống nước nên mới bị như thế. Khi biết được điều đó, động lực uống nước của tôi tăng lên cao lắm, nhưng sau đó... tôi vẫn lười. Nguyên nhân là gì? Đó là do trên lớp chỉ có hai cái cốc mà tận vài chục đồng chí thò mồm vào, nên đành ngậm ngùi. Dở hơi thật, chỉ vì ngại mà phải chịu khổ chục năm, tốn tấn tiền thuốc trị khô nẻ!

Trong khi đó chỉ cần có một vũ khí bí mật này luôn mang theo người, là mọi chuyện được giải quyết. Bạn yên tâm, tôi không quảng cáo kem dưỡng da hay giữ ẩm gì đâu. Vũ khí bí mật của tôi là... một cái bình nước giữ nhiệt. Theo khoa học hành vi, chiếc bình ở đây sẽ là một yếu tố kích hoạt mạnh mẽ thói quen uống nước, giúp tỉ lệ thực hiện hành vi uống nước cao gấp trăm lần!

Nhìn vào phân tích ở hình trên, là bạn đã nhận ra ngay vấn đề rồi đúng không. Khi không có bình trong tay, bộ não của bạn sẽ phải trả lời hàng loạt câu hỏi, còn khi có bình thì chỉ duy nhất một câu hỏi mà thôi: Uống luôn bây giờ, hay đánh xong chữ này rồi uống (tôi vừa uống nước đấy).

Nhờ thói quen luôn mang theo mình một bình nước giữ nhiệt (tôi thích uống nước ấm), và thi thoảng nhâm nhi vài ngụm nước, tôi không chỉ cảm thấy sức khỏe được cải thiện, da dẻ căng mọng... mà tinh thần còn rất hăng hái khi làm việc. Bật mí: Sau khi làm việc khoảng 20 – 25 phút mà nhâm nhi một ngụm nước ấm, đó là một phần thưởng tuyệt vời cho não bộ của bạn đấy!

#14 - Nhìn vào mắt khi nói chuyện

Người ta nói đôi mắt là cửa sổ của tâm hồn, vậy thì đã bao giờ bạn bị ai đó soi chằm chằm vào cửa sổ nhà mình chưa? Cảm giác đó thật khó chịu đúng không nào. Tuy thế, nếu bạn biết cách nhìn vào mắt người khác hiệu quả, thì đó lại là một công cụ giao tiếp tuyệt vời, không chỉ tạo ra sự tự tin cho bạn mà đối phương lại cảm thấy được quan tâm một cách lạ kỳ. Bí mật là gì?

Bí mật đó là bạn cần phải nhìn vào đúng vị trí. Vị trí vàng để nhìn vào mắt... thật ra không phải là con mắt trái, con mắt phải... mà là ở giữa hai con mắt. Thật đấy, bạn cứ thử mà xem, khi bạn nhìn vào đó người kia sẽ không có cảm giác khó chịu như là bạn nhìn chằm chằm vào một trong hai con mắt của họ. Chú ý: hãy nhìn một cách tự nhiên, và chớp mắt như bình thường nhé. Chứ bạn mà nhìn kỹ một hồi lâu không chớp mắt, họ sẽ tưởng mặt họ có mụn đấy.

Và khi nhìn vào mắt giữa như thế thì chúng ta làm gì nữa? Hãy cứ trò chuyện một cách tự nhiên thôi. Mà nếu để ý, bạn sẽ thấy khi làm như thế, tự nhiên chúng ta sẽ có xu hướng lắng nghe họ nhiều hơn đấy. Vì bình thường khi nói chuyện, mắt hầu hết mọi người đảo linh tinh, nếu không nhìn vào mặt họ, thì là nhìn vào màn hình laptop, smartphone. Bây giờ, khi bạn nhìn vào điểm vàng đó, là bạn đã tạo ra sự khác biệt nhỏ, nhưng kết quả rất to đấy!

Một câu chuyện nhỏ, Susu đã từng áp dụng tuyệt chiêu này để... kết bạn đấy. Hôm ấy Susu vào một quán café nhỏ, thấy có một cô bé dễ thương đang ngồi tít bên trong quầy. Thế là thi thoảng ngồi làm việc, Susu nhìn thẳng vào "mắt giữa" của cô ấy, và mỉm cười một cái, rồi làm việc tiếp. Một lúc sau... không hiểu sao mà hai người quen nhau!

#15 – Biến Facebook thành đồng minh

Thời đại ngày nay, sẽ thật là ngạc nhiên nếu bạn không có một tài khoản Facebook (hoặc đã từng có nó). Facebook không chỉ giúp chúng ta kết nối bạn bè, mà còn là một phương tiện chia sẻ thông tin mạnh mẽ. Song nếu không biết mẹo sau đây, Facebook của bạn sẽ tràn ngập những thông tin không cần thiết, tiêu tốn thời gian, thậm chí đem lại cảm xúc tiêu cực.

Nhiều người không biết rằng, khi bấm nút Add Friend (kết bạn) với một ai đó, thì bất kể người đó có đồng ký kết bạn hay không, thì Facebook sẽ mặc định cho bạn Follow người đó. Tức là khi họ đăng thông tin gì lên tường, là bạn có thể sẽ thấy. Có thể thôi, vì Facebook còn một chế độ nữa là See First (nhìn thấy đầu tiên), khi bạn lựa chọn chế độ See First cho một trang, hoặc một người nào đó, thì họ đăng, tin sẽ được ưu tiên trong New Feeds của bạn.

Hãy nhớ: kết thân với 5 người bạn tích cực, bạn có thể trở thành người thứ 6, và ngược lại.

Do đó, hãy sử dụng chức năng này một cách hiệu quả để biến Facebook trở thành một công cụ tích cực, cung cấp cho bạn những thông tin tích cực, từ những người bạn tích cực, từ trang Page hữu ích nhất.

Một thói quen hữu ích khi bạn lướt New Feeds trên Facebook, đó là nếu để ý thấy ai hay Page nào Share những thông tin tiêu cực, những lời than vãn, những thứ nhảm nhí... thì tốt nhất là nên Unfollow họ (Unfollow thì hai người vẫn giữ ở chế độ Friends). Ngược lại, nếu để ý thấy ai, hay Page nào hay Share những điều tích cực, thì hãy chọn chế độ See First để liên tục được cập nhật điều bổ ích từ họ.

Bên cạnh đó, nếu muốn bảo vệ mình chặt chẽ hơn nữa, bạn hãy đặt chế độ Review khi có ai đó Tag hoặc viết lên tường của mình. Tức là khi ai đó tag bạn, post lên tưởng thì bạn sẽ được xem trước, và được quyết định xem thứ đó có xuất hiện ở tường nhà mình hay không. Đây là một chế độ cực kỳ hữu ích, song không nhiều người biết (vì nó ẩn tít trong phần cài đặt).

Ngoài ra, nếu bạn muốn học ngoại ngữ theo phong cách du kích, thì đừng để giao diện tiếng Việt mặc định. Hãy chuyển sang giao diện có ngôn ngữ mà bạn đang học. Ví dụ như tiếng Lào chẳng hạn, rồi bạn sẽ ngạc nhiên vì mình vẫn biết nút nào là chức năng gì đấy, ha ha.

#16 - Đọc... một trang sách

Ai cũng nói đọc sách là tốt. Đúng thật, ngoài những lợi ích phổ biến như trang bị thêm kiến thức xã hội, đọc các loại sách kỹ năng còn giúp bạn thăng tiến trong công việc, thậm chí thay đổi cuộc sống. Song không phải ai cũng rèn được thói quen đọc sách. Ba mẹo sau đây sẽ giúp bạn kích hoạt thói quen này.

Chọn sách gắn liền với mục tiêu

Đã bao giờ bạn nghe ai đó nói, "Cuốn này hay lắm, đọc đi!" và sau đó bạn lờ đi chưa? Trừ khi người nói phải là một người rất đặc biệt với bạn, có lẽ bạn mới đọc. Còn hầu hết trường hợp cách giới thiệu như vậy không tạo được động lực đọc. Bởi vì bộ não thích sự rõ ràng, nó sẽ chỉ làm gì đó khi thấy lợi ích rõ ràng.

Do đó, cách kích hoạt thói quen đọc sách đơn giản nhất là bạn chọn những cuốn sách liên quan tới mục tiêu, ước mơ của bạn.

Nếu bạn muốn đi du học, hãy mua sách tiếng

Anh hoặc những cuốn sách nói về nền văn hóa nước ngoài. Nếu bạn muốn nâng cao kỹ năng trò chuyện, hãy tham khảo cuốn này v.v...

Lúc đó, việc đọc sách không chỉ là "muốn" nữa, mà trở nên thực sự "phải làm", nếu bạn muốn từng bước chinh phục mục tiêu của mình.

Luôn sẵn sách... bên mình.

Khi đã có sách, nhiều người vẫn lười đọc. Lý do phổ biến là: không có thời gian. Thật ra không hẳn, nếu bạn ngồi viết lại chi tiết từng phút mình đã làm gì trong từng ngày của tuần qua, chắc chắn bạn sẽ thấy có những khoảng thời 5 phút, 10 phút, thậm chí 30 phút bị lãng phí... như chờ ai đó, chờ cái gì đó.

Do đó, bạn có thể thực hiện chiến dịch mỗi tuần, thậm chí mỗi tháng một cuốn sách. Bạn hãy lấy cuốn sách bạn thích, bỏ vào cặp để lúc nào cũng có nó trong tay, và tranh thủ đọc bất cứ khi nào rảnh. Thậm chí, hãy tìm phiên bản

Ebook của sách, copy vào di động. Rồi bạn sẽ thấy mình nhanh chóng hoàn thành nó.

Mỗi ngày đọc... 1 trang.

Theo thống kê, người Việt chúng ta hiện rất lười đọc, trung bình chưa tới 1 cuốn sách mỗi năm. Vậy nếu như mỗi ngày bạn đọc một trang, 365 ngày sẽ là 365 trang, hơn 1 cuốn sách. Thừa đủ để bạn trở thành chuyên gia trong một lãnh vực nào đó, hơn 90% dân số còn lại rồi ^^!

Tôi từng làm một thí nghiệm, tôi đã đưa một ebook của Adam Khoo vào chiếc iPhone của mình. Và tập thói quen mỗi lần unlock màn hình, sẽ vào App đọc 1 trang. Thật ngạc nhiên, sau 2 tuần, tôi đã đọc xong cuốn sách mà cảm thấy mình hầu như chẳng tốn chút thời gian nào đáng kể!

Với ba mẹo trên, chúc bạn thành công.

#17 - Tập nói KHÔNG

Đã bao giờ có ai đó nhờ vả bạn thứ gì đó chưa? Bạn có cảm thấy khó khăn khi muốn từ chối không? Thực sự thì với nhiều người, "việc nói KHÔNG", không hề dễ dàng chút nào. Song nếu bạn biết "cách nói KHÔNG" hiệu quả, bạn sẽ không chỉ tiết kiệm được thời gian, mà còn giữ gìn được mối quan hệ tốt đẹp.

Khi còn đi làm, thói quen nhỏ và các chiến thuật sau đã giúp tôi rất nhiều. Đó là: Mỗi lần ai đó hỏi bạn có rảnh không, thì dù rảnh hay không, hãy luôn trả lời rằng, "Để mình xem lịch đã nhé." Nếu họ nói chuyện trực tiếp với bạn, thì có thể rút sổ tay công việc, hoặc Smartphone ra coi lịch.

Việc làm này có rất nhiều tác dụng.

✓ *Nó là tín hiệu báo cho người kia biết rằng bạn là người có kế hoạch, chứ không phải lúc nào cũng rảnh rang mà vác tù và hàng tổng.*

✓ *Nó cho bạn một khoảng dừng, một cơ hội nhìn lại xem đó có phải việc nên được ưu tiên hay không, để đưa ra quyết định sáng suốt.*

✓ *Sau khi xem lịch, nếu bạn trả lời rằng bạn sẽ giúp họ thì "thời gian" của bạn có vẻ "có giá" hơn là nhận lời ngay từ đầu ^^!*

Trong trường hợp xem lịch xong, nếu muốn từ chối thì bạn hãy chia sẻ rằng bạn cũng muốn giúp lắm, nhưng... theo lịch thì vướng rồi. Lúc này có thể họ sẽ tổn thương một chút, bạn có thể xoa dịu vết thương bằng cách:

✓ *Gợi ý một giải pháp cho họ tự làm*

✓ *Gợi ý một ai đó có thể giúp được họ*

✓ *Giúp họ một phần nhỏ nào đó trong khả năng của bạn*

✓ *Sắp xếp thời gian để giúp họ vào một lúc khác*

Nguyên lý chung ở đây là không bao giờ nên nhận lời ngay, mà cũng không bao giờ nên từ chối ngay, hãy cho họ biết rằng bạn là người có kế hoạch, và một khi đã nhận làm việc gì là sẽ làm tới bến.

#18 – Học cách "xem giải"

Hãy nhớ lại thời đi học của bạn. Khi không làm được một bài tập nào đó, bạn sẽ kiên trì tìm cho ra, hay là xem giải? Và xem giải được cho là tốt hay xấu?

Thời xưa tôi học trong lớp chọn, xem giải là một thứ gì đó khá là "nhục". Song sau này tôi phát hiện ra rằng, nếu không biết cách "xem giải" hiệu quả, bạn khó mà thành công trong cuộc sống.

Để bóng đèn phát sáng, chắc chắn Edison đã từng tham khảo những cách làm bóng đèn trước đây, những cách giải của người khác cho bài toán phát sáng. Để đưa ra loại xe Model T tối ưu giá rẻ và thống trị toàn cầu, Henry Ford cũng phải tham khảo rất nhiều cách làm ô tô của các hãng khác. Tất cả những tấm gương thành công, đều là tấm gương học hỏi, những bậc thầy "xem giải".

Để trở thành bậc thầy xem giải, bạn cần phải biết làm gì sau khi xem giải. Thường sẽ có hai phản ứng: một là học giải, hai là... chép giải.

Chép giải, thì hầu hết mọi người đều làm, nhìn

tới đâu chép tới đó, chép xong thì gập sách lại, cách làm này chỉ có một lợi ích uy nhất là trả nợ cho thầy cô giáo, chứ không giúp ích được bạn về lâu dài. Và đó cũng là nguyên nhân chính khiến hầu hết mọi người nghĩ rằng xem giải là xấu.

Còn học giải thì hoàn toàn khác. Sau khi làm thử 5 phút mà không được, bạn mở sách ra, đọc từng đoạn, xem tại sao mình không làm được. Sau đó đóng sách và tự làm lại. Trong quá trình làm, nếu quên, bạn có thể mở ra xem tiếp, rồi lại đóng lại. Đây là một quá trình học hỏi cách làm.

Chép giải mới xấu, chứ học giải không xấu. Người ta có câu đừng phát minh lại cái đèn dầu, nếu không giải quyết được một vấn đề nào đó, đơn giản là bạn chưa biết cách mà thôi. Nếu đã có sẵn cách làm (sách giải), sao bạn không học hỏi để làm cho nhanh? Và dành thời gian để tìm ra cách nhanh hơn?

Bạn có thể dành cả ngày để giải quyết một bài toán duy nhất nào đó, rồi sau đó đi khoe với bạn bè. Bạn cũng có thể dành ngày đó để học giải và biết được cách làm càng nhiều dạng bài càng tốt, đó là cách giúp tôi chinh phục khối A khi thi đại học với 28/30 điểm.

Khi chúng ta đã lớn, việc học giải cũng rất cần thiết.

Bạn có thể dành cả ngày để tự khám phá ra cách làm một thứ gì đó. Cũng tốt, song nó sẽ không thể nào giúp bạn tiến nhanh trong thời đại cạnh tranh này, khi mà người ta không chỉ cần bạn biết cách giải quyết một vấn, mà còn cần bạn giải quyết nó nhanh hơn, tiết kiệm chi phí hơn, sáng tạo hơn.

Do đó, khi cần giải quyết một vấn đề gì đó. Tôi chỉ dành tối đa 5 phút để tự làm, và thử thách sự sáng tạo của mình. Sau đó dù giải quyết được hay chưa, thì tôi cũng Google ngay từ khóa "Làm thế nào + {vấn đề của bạn}", rồi dành thời gian lớn để chọn lọc, tìm hiểu cách làm nhanh nhất, hiệu quả nhất. Chẳng hạn như "Làm thế nào để giỏi Toán", đảm bảo bạn sẽ thấy FuSuSu ở đâu đó ngay trang đầu tiên đấy!

Với chiến thuật "học giải" này, bạn sẽ không chỉ giải quyết vấn đề nhanh hơn, mà còn sáng tạo hơn nữa, chứ không hề thui chột sự sáng tạo như nhiều người vẫn nghĩ về hành vi "xem giải". Bộ não rất thông minh, khi thấy người khác làm, nó sẽ luôn nhìn ra điểm yếu để khắc phục, cũng như điểm mạnh để học hỏi.

Nhân dịp các dịp nghỉ lễ, khi nhiều người còn đang nghỉ ngơi say sưa, bạn hãy tranh thủ học hỏi, học cách giải quyết nhiều vấn đề trong cuộc sống, để có thể nghỉ ngơi khi họ làm việc vất vả nhé!

#19 – Chiếc hộp tránh quên

Có khi nào bạn mất cả tiếng đồng hồ để tìm chìa khóa? Tìm di động? Tìm kính? Nguyên nhân thì nhiều lắm, có thể do khách quan, cũng có thể do chủ quan. Song tốt nhất là không nên đổ lỗi cho trí nhớ, vì bộ não chúng ta có vẻ thích để ý làm mấy chuyện to tát, hơn là mấy thứ lặt vặt này.

Song cũng đừng vì thế mà không tìm ra một phương pháp giúp bạn hạn chế quên lặt vặt nhé, thời gian là vàng mà. Đây là một mẹo nhỏ sẽ giúp bạn làm điều đó, nếu đã đọc Numagician, bạn sẽ hiểu rất rõ tại sao nó lại hiệu quả.

Bước một, bạn hãy ghi ra một danh sách những thứ bạn có thể hay quên như kính, di động, chìa khóa, ví tiền, các loại thẻ...

Bước hai, hãy làm một chiếc hộp giấy xinh xắn, trên đó có ghi, "Bỏ ví, bỏ khóa..., bỏ mọi thứ hay quên vào đây!" và chọn một vị trí cố định cho nó trong nhà.

Bước ba, hãy lấy tất cả những thứ bạn liệt kê ở trên bỏ vào hộp, sau đó đi dạo một vòng quanh nhà, rồi quay trở lại chiếc hộp, lấy chúng ra. Làm đi làm lại vài lần như vậy, để bộ não quen với sự tồn tại của chiếc hộp đó.

Với cách này, mỗi khi quên một thứ gì đó, ít nhất thì bạn cũng sẽ có một nơi đầu tiên cần phải tìm đến: chính là chiếc hộp. Thứ hai là bạn sẽ làm chủ được tình thế, thay vì luyện thói quen "tránh quên lặt vặt" rất trừu tượng, bạn luyện thói quen "Bỏ những thứ hay quên vào hộp", cụ thể hơn, dễ dàng hơn.

Tất nhiên, khi hiểu nguyên lý của mẹo nhỏ này, bạn có thể thay thế chiếc hộp bằng một vị trí cố định nào đó cho mỗi đồ đạc trên. Ví dụ luôn để ví ở trên bàn làm việc; luôn để điện thoại gần chỗ cắm sạc v.v... song cá nhân tôi thì thích tự gấp một hộp vài chiếc hộp giấy xinh xắn, và bỏ chúng vào đó cho nổi bật.

#20 - Xóa bỏ một thứ

Bạn còn nhớ cảm giác sau khi dọn dẹp nhà cửa sạch sẽ chứ? Thật là thoải mái. Điều này cũng đúng với việc cất trữ dữ liệu trên máy tính. Nhiều người cứ vứt các file bừa bãi trên màn hình, hoặc chất đầy ổ cứng với rất nhiều thứ mà cả năm không đụng tới (và cứ thích đi mua ổ cứng mới)

Làm như vậy, không chỉ làm máy tính chạy ì ạch, mà tới khi dọn dẹp cũng rất ngại. Mà hãy nhớ rằng bất cứ việc gì bạn làm, cũng sẽ đều phản ánh cách bạn làm mọi việc đấy. Máy tính bừa bộn, thì con người cũng sẽ dần lộn xộn. Vì thế, hãy tập thói quen nhỏ "xóa bỏ một thứ" này nhé!

Đơn giản là mỗi lần trước khi tắt máy tính (hoặc mở máy), hãy xem trên màn hình của bạn có một thứ gì không cần thiết hay không, hãy xóa nó. Nếu trên màn hình Desktop không có, hãy vào Documents, hoặc ổ chứa dữ liệu của bạn, xem có một thư mục nào đó mà đã cả năm rồi bạn không truy cập không?

Tóm lại, mỗi lần tắt hoặc mở máy tính, bằng

mọi giá hãy xóa bỏ một thứ gì đó nho nhỏ. Tích tiểu thành đại, việc này không chỉ giúp máy ngày càng nhẹ nhàng hơn, mà cũng là một thói quen tốt để rèn luyện. Bạn sẽ luyện được khả năng... "buông bỏ".

#21 – Hai đánh một...

Hai đánh một không chột cũng què. Đó không chỉ là một "chiến thuật cũ" của cha anh, mà còn là một gợi ý tuyệt vời để bạn thay đổi bản thân.

Thật đấy. Đã bao giờ bạn thấy đầu mình xuất hiện những suy nghĩ kiểu như, "Khó quá, không làm được đâu!" hoặc "Ôi, sao lại là mình chứ?" hoặc "Trời ơi, sao mình lại khổ thế này...." Chúng là những suy nghĩ tiêu cực. Mà bạn bạn biết chuỗi nhân quả này chứ?

Thái độ tạo suy nghĩ, suy nghĩ tạo hành động, hành động tạo thói quen, thói quen làm nên kết quả cuộc đời chúng ta.

Đó là lý do rất nhiều cuốn sách phát triển bản thân đều hướng chúng ta tới những suy nghĩ tích cực, để dần dần thay đổi thái độ. Song điều đó không dễ vì... trong chuỗi nhân quả đó, thói quen sẽ lại quay về tác động lên thái độ, làm xuất hiện những suy nghĩ tương ứng.

Và thói quen suy nghĩ tiêu cực sẽ khiến bạn trở thành một chú cua trong chậu, mỗi khi bạn cố leo lên mép chậu, sẽ có những con cua khác kéo bạn xuống. Ngay khi bạn nảy ra một suy nghĩ tích cực, thì lũ cua xuất hiện, những suy nghĩ tiêu cực xuất hiện. Chúng sẽ cố gắng kéo bạn xuống hố.

Lúc này, hãy cứ bình tĩnh chống trả. Bằng cách nào? Hãy tập thói quen nhỏ mà có võ sau: Mỗi lần nhận ra một suy nghĩ tiêu cực, bạn hãy lập tức đáp trả bằng hai suy nghĩ tích cực. Cái này gọi là hai đánh một không chột cũng què.

Ví dụ, bạn đang dự định làm thứ gì đó. Một suy nghĩ tiêu cực xuất hiện, "Ôi khó lắm, không làm được đâu!" hãy lập tức ra đòn ngay bằng một suy nghĩ tích cực theo hướng ngược lại. Song nên là dạng câu hỏi, tự hỏi bản thân "Kêu khó thì có ích gì chứ?" rồi "Khó thì mới phải làm, dễ thì đâu cần mình phải ra tay?"

Một ví dụ khác, bạn đang gặp hoàn cảnh không như ý muốn. Một suy nghĩ tiêu cực xuất hiện, "Trời ơi, sao lại là mình... biết thế..." hãy lập tức ra đòn ngay, "Liệu ông trời có đang thử thách mình?" hoặc "Hoàn cảnh này có ý nghĩa gì tích cực nhỉ?"

Tất nhiên bạn có thể dùng những lời khẳng định ngược lại, "Mình sẽ làm được." hoặc "Đây là thử thách, mình phải vượt qua." Cũng được. Song nó cũng giống như là bạn giơ vũ khí lên xông pha chiến đấu. Mà chiến tranh thì không bao giờ tốt cả, hai bên ít nhiều cũng sẽ đổ máu.

Còn khi dùng câu hỏi, giống như là bạn đàm phán để có được hòa bình vậy, bộ não luôn bị kích thích bởi những câu hỏi, thay vì tấn công lại bạn bằng nhiều suy nghĩ tiêu cực khác, nó sẽ đi tìm câu trả lời cho câu hỏi tích cực mà bạn đặt ra. Hãy đặt hai câu hỏi tích cực, và chắc chắn suy nghĩ tiêu cực sẽ... chột!

#22 – Chỗ nào việc nấy

Đã có ai nhắc bạn "Giờ nào việc nấy" bao giờ chưa? Còn tôi thì nhắc bạn, "Chỗ nào việc nấy." Tại vì sao mà mẹo nhỏ này có thể giúp bạn gia tăng hiệu suất làm việc lên gấp đôi?

Hầu hết ý thức của mọi người về thời gian rất kém, nhưng nhận thức về địa điểm lại rất cao. Nếu nghĩ về 8h sáng, trong đầu bạn sẽ hiện ra những gì? Tôi tin là có hiện ra một vài thứ, nhưng sẽ không nhanh, và mang lại cảm xúc mạnh mẽ tương tự như là bạn nghĩ về một địa điểm nào đó như... giường ngủ chẳng hạn, lập tức bạn sẽ có cảm giác muốn nghỉ ngơi, phải không nào?

Chính vì thế mà thói quen "chỗ nào việc nấy" này sẽ phát huy hiệu quả. Thay vì ngồi một chỗ và làm rất nhiều việc như hầu hết mọi người, bạn hãy lựa chọn những vị trí làm việc phù hợp với từng loại công việc cụ thể. Bạn sẽ thấy mình không chỉ sáng tạo hơn, mà cảm giác làm việc cũng tập trung hơn đấy.

Chẳng hạn, hãy tạo riêng một không gian đọc

sách, nơi có rất nhiều sách. Và chỉ cần bước tới chỗ đó, ngồi xuống thôi là bạn đã muốn đọc sách rồi. Hay hãy tạo ra một góc không công nghệ, bước vào đó là bỏ hết di động, các thiết bị điện tử và nghỉ ngơi thực sự.

Có một điều thú vị khi tôi thực hiện theo chiến thuật "chỗ nào việc nấy" này, đó là mỗi lần tới địa điểm đó thì cảm hứng làm việc dâng trào. Hôm qua chẳng hạn, tôi đang bí ý tưởng viết lách, thế là xách xe đạp lên và ra bờ biển ngồi... và như mọi khi, ý tưởng viết lách lại dâng trào, và thế là mọi thứ được giải quyết!

Mẹo nhỏ: Nếu bạn bị giới hạn bởi một vị trí cố định, thì hoàn toàn có thể... thay đổi tư thế ngồi, hoặc đặc biệt là dùng một bài nhạc khác nhau để làm nền cũng rất hiệu quả.

#23 – Thể dục một chút

Tôi đã từng hỏi rất nhiều đám đông "Hãy giơ tay nếu bạn biết tập thể dục là tốt cho sức khỏe?" Hầu hết đều giơ. Sau đó tôi hỏi tiếp, "Hãy để nguyên tay nếu sáng nay bạn tập thể dục?" Hầu hết các cánh đều hạ xuống, và sau đó là rất nhiều ánh mắt nhìn nhau cười, "Chúng ta thật giống nhau!"

Thật là kì lạ, ai cũng biết tập thể dục là tốt nhưng hầu hết mọi người thường lười không tập, cho tới khi quá muộn. Mà giữa muộn và quá muộn, có một khoảng cách vô cùng lớn, và khoảng cách đó có thể được đo bằng nhiều chứng bệnh tốn tiền. Vì thế, hãy áp dụng chiến thuật "thể dục một chút".

Thể dục một chút? Nó đơn giản đúng như tên gọi của nó. Chỉ là vận động một chút thôi. Bộ não rất lười biếng, nó chỉ thích làm những việc dễ dàng. Đi bộ quanh nhà, sẽ dễ hơn là chạy bộ ngoài sân một vòng. Ngồi một chỗ xoay cổ vài vòng, sẽ dễ hơn là đứng dậy đi bộ.

Và một khi đã làm được những việc dễ, bộ

não lại sẵn sàng để làm những việc khó hơn một chút. Khi bạn đã xoay cổ vài vòng được một lần, thì bạn có thể xoay tiếp lần hai, lần ba dễ dàng. Khi bạn đã xỏ được giày chạy bộ vào rồi, thì việc tập chạy sẽ dễ dàng diễn ra hơn là ngồi một chỗ và nghĩ tới tập chạy.

Do vậy bạn có thể áp dụng chiến thuật "thể dục một chút" này để "đánh lừa" bộ não, dụ dỗ nó làm những việc dễ dàng trước, rồi từ từ tăng dần độ khó lên. Dưới đây là một vài gợi ý để bạn có thể bắt đầu áp dụng chiến thuật thể dục một chút độc đáo này.

✓ *Mỗi lần bấm like một cái gì đó trên facebook, tôi sẽ xoay cổ 3 vòng.*

✓ *Mỗi lần bật máy tính lên, trong lúc chờ nó khởi động, tôi cũng sẽ khởi động bằng vài động tác vặn mình (hoặc đi bộ quanh nhà 1 vòng trước khi lấy một cốc nước để uống)*

✓ *Mỗi lần đi tắm, trong lúc chờ nước ấm lên, tôi sẽ chống đẩy 3 cái (hoặc đứng lên ngồi xuống).*

✓ *Mỗi lần đánh máy xong một đoạn dài và bấm Enter, tôi sẽ nhìn ra ngoài cửa sổ để cho mắt được thư giãn.*

Bạn có thấy các gợi ý trên có đặc điểm chung gì không? Đó là từ "Mỗi lần". Đây là một mẹo nhỏ giúp bạn ghi nhớ việc thực hiện. Hãy cố gắng gắn những hành động thể dục nho nhỏ, vào những việc nho nhỏ hằng ngày như vậy. Tích tiểu thành đại, rồi hàng chục cái một chút gộp lại, sẽ thành... chút chút.

#24 - Thẻ công việc

Có một lúc nào đó bạn cảm thấy có quá nhiều việc phải làm không? Rồi nhiều khi rối rắm chẳng biết nên làm việc nào trước, nên làm việc nào sau? Làm sao để quản lý công việc một cách đơn giản mà hiệu quả? Có lẽ bạn nên thử chiến thuật "thẻ công việc" này xem sao nhé!

Những vật dụng bạn cần sẽ là: một chiếc kéo (hoặc dao rọc giấy), một xấp giấy khoảng 7 tờ A4. Khi đã có chúng trong tay, bạn hãy cắt 4 tờ giấy A4 ra làm những mảnh nhỏ hình chữ nhật, cỡ A8 (khoảng 5 x 7 cm), chúng sẽ được dùng làm thẻ công việc. Còn 3 tờ A4 còn lại, bạn hãy dùng để gập thành ba chiếc hộp Origami xinh xắn, dùng làm hộp đựng thẻ. Còn bây giờ là cách sử dụng.

Đầu tiên bạn hãy lấy những tấm thẻ trên, ghi tất cả những công việc bạn đang cần làm, muốn làm, sẽ làm ra. Mỗi việc trên một tấm thẻ, không cần phải theo thứ tự nào cả, cứ hiện ra trong đầu là viết xuống thôi, công việc càng cụ thể, càng chi tiết càng tốt, viết được ra càng nhiều càng tốt.

Sau đó bạn hãy lấy ba chiếc hộp trên, ghi chữ lên trên đó lần lượt là: Làm ngay; Rảnh thì làm; Đã hoàn thành. Rồi bạn việc tiếp theo phải làm là gì rồi đấy. Hãy phân loại những tấm thẻ công việc vào hộp tương ứng. Cách làm này sẽ có rất nhiều lợi ích, cụ thể như sau:

✓ *Nhiều khi chúng ta cảm thấy quá nhiều việc phải làm, là do chúng ta đã không ghi chúng ra, cách làm này giúp bạn có cái nhìn tổng thể về những việc mình cần làm. Tự nhiên bạn sẽ thấy nhẹ đầu.*

✓ *Đây cũng là một hệ thống quản lý công việc rất trực quan. Mỗi khi có công việc mới bạn hãy ghi ra, và đưa thẻ vào hộp. Mỗi khi định làm việc gì, thì lấy thẻ đó ra, làm xong thì đưa vào hộp "Đã hoàn thành".*

✓ *Với giấy và bút, bạn sẽ tách mình được ra khỏi sự phụ thuộc vào công nghệ: laptop, máy tính, công cụ nhắc việc, lên lịch v.v… mà vẫn đảm bảo được mình biết việc gì để làm.*

✓ *Cầm theo tấm thẻ công việc cũng sẽ là một công cụ giúp nhắc nhở bạn tập trung hơn đấy. Bạn sẽ luôn biết rằng mình đang làm việc gì, mức độ quan trọng của nó, và khi làm xong, bỏ vào hộp hoàn thành, cảm giác thật thích!*

Trên đây chỉ là 4 trong số rất nhiều lợi ích của thẻ công việc. Bạn hãy sáng tạo thêm nhiều cách dùng nữa nhé. Ngày xưa trong team của mình, tôi còn sáng tạo thêm một hộp nữa gọi là "Nhờ ai đó", và để vào đó những tấm thẻ chứa các đầu việc của mọi người trong team, rồi khi giao việc thì đưa cho họ một chiếc thẻ, trên đó có kèm deadline và yêu cầu công việc thật là V.I.P.

#25 – Tự thưởng bản thân

Bạn có để ý rằng hình như người ta "càng lớn càng hư" không? Có thể có rất nhiều lý do, song có một lý do rất quan trọng đã bị bỏ qua: phiếu bé ngoan. Thật vậy, hồi mẫu giáo đến trường, ngoan ngoãn cả tuần chỉ vì phiếu bé ngoan sẽ dành được cuối tuần. Nhưng khi lớn lên, phiếu bé ngoan của tôi đâu rồi?

Thật ra khi học lên cao, vẫn có phiếu bé ngoan đấy. Nhưng thay vì tặng một tuần một lần, thì bạn sẽ được tặng vào cuối kỳ. Và đôi khi, phiếu này còn gọi là "phiếu bé hư" nếu kết quả học tập của bạn không được tốt. Đó chính là giấy khen cuối kì.

Vậy thì chúng ta học được điều gì từ phiếu bé ngoan? Đó là nghệ thuật dùng phần thưởng, giúp tạo dựng thói quen tốt.

Nếu như phiếu bé ngoan được trao tặng hằng tháng, thậm chí hằng năm thì chắc chắn rằng nó sẽ không có sức mạnh kì diệu đến thế. Sức mạnh của nó nằm ở sự trao tặng đều đặn, hằng tuần. Vậy là chúng ta sẽ đi "phiếu lớn ngoan" ư? Không nhất thiết.

Phiếu bé ngoan ở đây là một ẩn dụ, gợi ý cho chúng ta cái cách mà bộ não hoạt động thích được thưởng nhất. Muốn "dụ dỗ" bộ não thực hiện một thói quen, một thứ gì đó đều đặn, thì bạn cũng phải thưởng cho nó theo nguyên tắc phiếu bé ngoan. Đó là nguyên tắc gì?

Có hai nguyên tắc cơ bản. Một là đều đặn, hãy nhớ rằng thưởng ít nhưng đều đặn thì tốt hơn là không thưởng, hoặc chờ mãi mới được thưởng. Hai là tương xứng. Tức là phần thưởng nhận được phải tương xứng những nỗ lực đã bỏ ra, chiến thắng nhỏ, ăn mừng nhỏ, chiến thắng to, ăn mừng to.

Chẳng hạn, nếu bạn chưa bao giờ tập thể dục nhưng ngày hôm nay bỗng nhiên bạn đã chạy được một vòng hồ, thì bạn xứng đáng được nhận một phần thưởng lớn, có thể là một bữa ăn ngon, hoặc một giờ làm việc mình yêu thích. Mục đích là khiến cho cơ thể thoải mái, bộ não sung sướng.

Có nhiều cách để thưởng khác nữa. Bạn có thể lập bảng biểu theo dõi, mỗi lần thực hiện tốt thì tích một cái, cảm giác thoải mái lúc đó cũng là phần thưởng. Bạn cũng có thể kiếm một cái hũ, và một lần làm tốt thì thả vào đó một ít tiền lẻ (hoặc tờ giấy ghi số tiền), và cuối tuần thì lấy số tiền trong hũ đi tận hưởng.

Còn tôi thì thích nhất cách sau đây, được gọi là "hành động cảm xúc". Đó là những hành động đơn giản đem lại sự thoải mái cho cơ thể. Ví dụ, mỗi lần tôi thực hiện thành công một thói quen nhỏ, bạn đưa tay lên, nắm chặt như đứa bé trên hình và nói thầm "Yeah!" như thể vừa chiến thắng một trò chơi vậy.

Tưởng đơn giản, nhưng nó rất có tác dụng tới tiềm thức đấy nhé, bạn hãy thử xem sao nha!

#26 – Nắm tin chủ động

Có thể bạn thấy lạ khi tôi nói rằng đã hơn 10 năm nay mình không theo dõi tivi, đài báo, kể cả các trang báo mạng. Nhưng nếu bạn hỏi tôi hôm qua có gì hót trên mạng, thì tôi vẫn trả lời được. Tôi có một bí mật nho nhỏ, không chỉ giúp bạn tiết kiệm rất nhiều thời gian, mà vẫn nắm bắt thông tin hiệu quả!

Trước khi đến với bí mật đó, bạn cần biết tại sao tôi rất ít khi lang thang báo mạng, hoặc bật TV lên theo dõi thời sự tin tức. Có hai lý do chính.

Thứ nhất là 90% những gì mà TV đài báo truyền hình đưa ra, cho dù có hay, có giật gân đến mấy... thì hầu hết sẽ chẳng liên quan gì tới cuộc đời hay hạnh phúc của tôi, thậm chí còn làm lãng phí thời gian thực hiện mục tiêu của mình. Bộ não có thể có sức chứa vô hạn, nhưng đâu phải thứ gì cũng nên nhét vào?

Thứ hai là 10% còn lại, những gì mà họ đưa ra, có thể ảnh hưởng tới công việc và hạnh phúc của tôi, thì thật ra tôi đã chủ động nắm được từ lâu rồi. Thông qua hai công cụ cực kỳ mạnh mẽ, trị giá cả tỉ bạc, mà một người bạn thân thiết, đã làm tặng cho tôi hoàn toàn miễn phí. Bạn ấy tên Gu, họ Gồ.

Vâng, có hai công cụ của Google ít người biết, mà lại có thể giúp bạn tiết kiệm rất nhiều thời gian, mà lại nắm bắt thông tin cực nhanh.

Google Trends

Khi vào google.com/trends/hottrends#pn=p28 bạn sẽ thấy Google thống kê những từ khóa đang được tìm kiếm nhiều nhất theo từng ngày bằng tiếng Việt. Ngoài ra, nếu đăng ký tại google.com/trends/subscriptions thì bạn sẽ còn nhận được tổng kết qua mail.

Với những bạn làm SEO, viết Blog, hay đặc biệt là làm kênh Youtube thì đây là công cụ không thể thiếu. Còn với những người theo dõi tin tức thông thường, thì bạn sẽ luôn chủ động nắm được tin gì đang hót, mà không cần phải la cà vào các trang mạng câu view, dễ bị dính quảng cáo, virus v.v...

Google Alerts

Nếu như Google Trends cho tôi biết những tin mới nhất mà người khác quan tâm. Thì Google Alers báo cho tôi những tin tức mới nhất liên quan tới từ khóa tôi quan tâm. Bằng cách này, tôi nắm bắt tin tức có chọn lọc.

Ví dụ tôi đặt Google Alerts cho từ khóa "Numagician", thì bất cứ ai, ở bất cứ đâu, đăng bất cứ tin gì liên quan tới Numagician mà Google phát hiện ra được, thì tôi sẽ được báo cáo ngay lập tức.

Cách dùng Google Alerts rất đơn giản, bạn hãy truy cập google.com/alerts và tạo ra những từ khóa bạn quan tâm. Có thể là "Sách hay" để nhận thông tin về sách hay mới nhất, "Dự báo thời tiết" nếu bạn hay phải đi công tác hoặc du lịch, "Học tiếng Anh" nếu bạn quan tâm tới tiếng Anh v.v...

Với hai công cụ này, chúc bạn luôn là người

chủ động nắm bắt thông tin trong cuộc sống, chứ đừng để TV, đài báo, các trang mạng câu view nhồi nhét vào đầu bạn những thứ dù hay ho đến mấy, cũng chẳng liên quan trực tiếp tới hạnh phúc, hay thành công của bạn!

#27 – Chia tay thói xấu

Cách tốt nhất để bỏ một thói quen xấu là gì? Là đừng làm bạn với nó ngay từ đầu. Song không phải ai cũng có được sự tỉnh táo ấy, nên họ đã cho phép rất nhiều thói xấu trở thành kẻ đồng hành trung thành với mình. Có thể bạn đã không thực hiện được cách tốt nhất, nhưng vẫn còn những cách tốt thứ hai.

Làm sao để chia tay những thói quen xấu? Có hai con đường chính. Một là bạn thay thế nó dần dần bằng những thói quen tốt. Hai là bạn dùng sức mạnh ý chí để xóa bỏ thói xấu ngay từ hôm nay. Dù bạn có dùng cách nào đi nữa, bạn vẫn cần một thứ để khởi đầu, đó là lý do đủ mạnh để chia tay nó.

Một đôi bạn thân, một cặp tình nhân, họ chia tay nhau là vì điều gì? Là vì mâu thuẫn đã lên tới đỉnh điểm. Để chia tay một thói quen xấu, bạn cũng phải làm tương tự. Bạn cũng phải tạo ra mâu thuẫn và đẩy nó lên tới đỉnh điểm. Nghe thật trừu tượng, nhưng thật ra không khó để làm.

Sở dĩ thói xấu có thể dễ dàng rủ rê bạn làm một điều gì đó, là vì điều đó đem lại một cảm giác thoải mái khi thực hiện. Cho nên khi bạn nhận ra rằng sự thoải mái đó không chỉ là tạm bợ, mà còn là nguyên nhân dẫn tới nhiều khổ đau trong tương lai, lúc đó mâu thuẫn bắt đầu nảy sinh.

Vậy là để tạo ra mâu thuẫn không khó, chắc chắn đã từng có ai đó nói với bạn rằng thói quen xấu đó không tốt, bạn nên thay đổi. Thậm chí bạn cũng có thể đã nhận ra được điều đó rồi và bạn muốn thay đổi. Nhưng tại sao bạn vẫn chưa "dứt tình" được thói xấu đó? Là vì mâu thuẫn chưa lên tới đỉnh điểm.

Tại sao lại chưa lên tới đỉnh điểm? Mà đỉnh điểm ở đây là gì? Đó chính là lúc tiềm thức của bạn nhận thức sâu sắc về tác hại của thói quen xấu đó.

Bạn có thể chờ đợi một ngày đẹp trời, khi tác hại của thói xấu ấy bắt đầu trổ bông, những thảm họa khủng khiếp bắt đầu xảy ra, tiềm thức của bạn bị sốc thực sự, nó sẽ tự chia tay với thói quen xấu. Song bạn cũng có thể chủ động hơn, bạn học cách tác động tới tiềm thức.

Làm sao tác động tới tiềm thức? Có nhiều cách, và một trong những cách dễ thực hiện nhất, là lặp đi lặp lại một thông điệp trong khoảng thời gian đủ dài.

Bạn hãy lên Youtube, gõ từ khóa "Tác hại của... { thói xấu bạn muốn bỏ }" , ngay lập tức bạn sẽ tìm được rất nhiều Video Clip cho bạn đủ lý do để nên bỏ tật xấu đó. Tất nhiên, có thể bạn nghĩ mình đã từng làm điều này rồi, và không hiệu quả. Đơn giản là vì bạn làm chưa tới. Hãy thử chiến thuật dưới đây.

Hãy chọn một Clip mà bạn cảm thấy tác động sâu sắc đến mình nhất. Rồi xem như uống thuốc vậy, ngày xem đều đặn 3 lần, một lần xem buổi sáng khi thức giấc, một lần xem buổi trưa sau khi ăn cơm, và một lần xem buổi tối trước khi đi ngủ. Liên tục như vậy trong ít nhất 3 tuần, thì may ra mới ngấm được vào tiềm thức.

Bí quyết ở đây là sự lặp đi lặp lại trong một thời gian đủ dài, đủ nhiều. Cho tới khi thói quen xấu trốn sâu tiềm thức phải xuất đầu lộ diện, phải quỳ lạy bạn van xin, "Trời ơi, đừng chiếu Clip đó nữa, tôi hứa sẽ thay đổi mà."

Hãy cứ kiên trì áp dụng, rồi bạn sẽ thấy thái độ của mình với thói quen cũ bắt đầu thực sự thay đổi, rồi hành động của bạn bắt đầu thay đổi, và hoa trái thành công sẽ tới!

Hãy cứ kiên trì, kiểu gì cũng chiến thắng!

#28 - To-Buy List

Một sự thật thú vị là hầu hết mọi người khi bước vào siêu thị với dự định mua "một món đồ nho nhỏ" nào đó, hoặc đơn giản là vào cho mát, rồi khi bước ra, ai cũng cầm một "cái giỏ to to" .

Lỗi một phần ở bản thân mỗi người, song phần lớn cũng là do các nhà tiếp thị thời nay đã làm chủ được "nghệ thuật thả thính bậc thầy". Nếu không tin, thì có thể thử ghé thăm các trang bán hàng Online như Tiki hay Lazada vào lễ tết, để xem họ làm thế nào để khiến các tín đồ mua sắm cuồng say.

Thói quen nhỏ mà có võ này không chỉ giúp bạn tiết kiệm tiền bạc, mà còn giúp bạn trở thành người chủ của chính mình đấy.

Đơn giản là trước khi bước vào một siêu thị, một quầy tạp hoá, hãy lập một danh sách những gì cần phải mua ra giấy, cái này gọi là To-buy list. Nhớ là ra giấy nhé, các nhà tiếp thị có thể không viết được thêm vào tờ giấy của bạn, nhưng họ có ma thuật để viết vào To-buy list trong đầu bạn đấy!

Trong trường hợp bạn mua sắm online, thì có thể dùng các phần mềm để lại lời nhắn trên màn hình như Sticky Notes (Windows) và Stickies (Macbook) và viết ra danh sách này. Nói chung hãy tập một thói quen, là nếu luôn luôn viết xuống thứ mình cần phải mua, trước khi bạn click vào một trang mua sắm.

Tỉ phú Warren Buffet từng nói, "Nếu cứ mua những thứ mình muốn, sớm muộn bạn sẽ phải bán những thứ mình cần." Nên hãy luyện thói quen viết danh sách đồ cần mua ra giấy, để luôn làm chủ được cảm xúc, và chỉ mua những thứ mình cần bạn nhé!

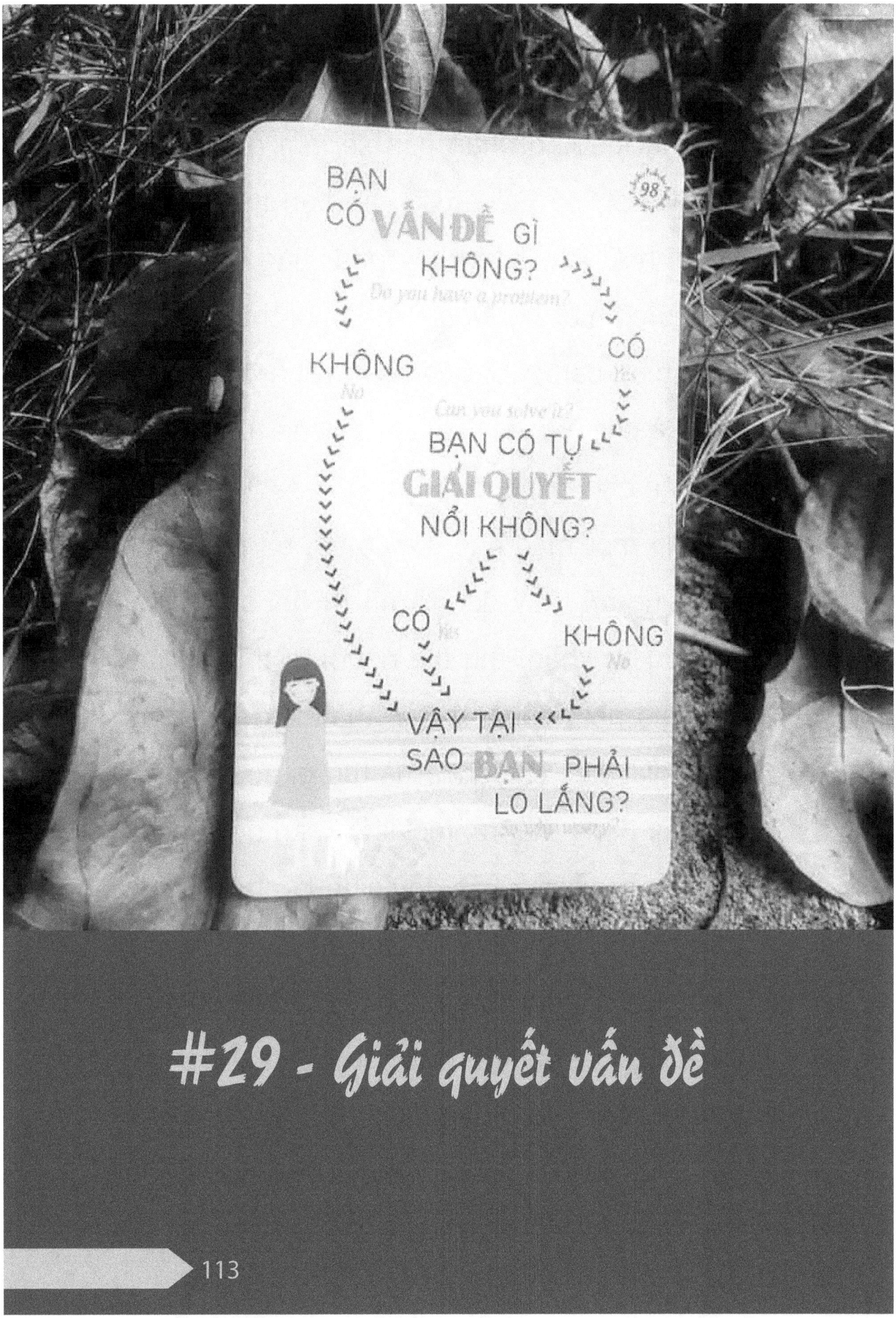

#29 - Giải quyết vấn đề

Những lúc khó khăn bạn sẽ làm gì? Gặp ai đó cũng tốt, có thể họ sẽ cho bạn một vài lời khuyên hữu ích. Song hãy nhớ rằng: Trên đời này nếu có một người biết hết mọi thứ về bạn, có thể giúp bạn vượt qua hoàn cảnh đó, thì chỉ có thể là chính bạn. Vậy làm sao để tự tháo gỡ khó khăn cho chính mình?

Đây là một mẹo nhỏ mà có võ, tôi học được từ một người thầy đáng kính từ hồi sinh viên. Khi gặp khó khăn, thứ mà người ta thường tập trung vào nhất chính là bản thân khó khăn đó, là cảm giác khó chịu, hoặc là thứ gì đó khiến họ khó chịu. Song thật ra, mọi khó khăn đều không phải là vấn đề, mà vấn đề chính là người ta đã rời mắt khỏi mục tiêu ban đầu.

Luật hấp dẫn nói rằng: Bạn tập trung vào đâu, thì kết quả sẽ hiển lộ ở đó. Khi bạn tập trung vào khó khăn, tất nhiên bạn sẽ thấy toàn khó khăn. Còn nếu bạn dành năng lượng đó để tập trung vào mục tiêu thì giải pháp sẽ tự tìm đường đến với bạn.

Làm sao để áp dụng bí quyết này cụ thể? Đơn giản là bạn hãy lấy giấy, buộc phải dùng giấy hoặc đánh máy ra nhé, chứ nghĩ trong đầu sẽ không hiệu quả.

Ở trên cùng tờ giấy bạn ghi "Mục tiêu ban đầu của tôi là gì?" rồi để cách ra một khoảng phần ba giấy. Phần bên dưới, bạn chia đôi. Phía bên trái bạn ghi "Những điều gì đang cản trở tôi? Tôi đang lo lắng hay sợ hãi điều gì?" còn bên phải là "Tại sao tôi không nên lo lắng về nó nữa? Giải pháp là gì?"

Rồi sau đó bạn biết cần phải làm gì rồi đấy. Hãy bật một bản nhạc nhẹ, rồi bắt đầu trả lời lần lượt từng câu hỏi. Chú ý là phải trả lời lần lượt từng câu một.Chẳng hạn, ở phần những điều gì đang cản trở thì bạn hãy đảm bảo là bạn đã liệt kê hết mọi nỗi sợ, mọi cản trở dù là nhỏ nhất. Khi đã liệt kê hết xong, bạn nhìn lại và trả lời câu hỏi kế tiếp "Tại sao không nên lo lắng về điều đó nữa? Giải pháp là gì?"

Mấu chốt ở đây là bạn phải thành thật với chính mình, viết ra mục tiêu mình thực sự đang hướng tới, viết ra những điều mình thực sự đang lo lắng, rồi tìm cách "thuyết phục bản thân" bằng cách giải thích tại sao không nên lo lắng.

Sau khi bạn làm song mà vẫn có một nỗi sợ nào đó chưa được giải quyết hoàn toàn, lúc này bạn mới nên đi xin lời khuyên của ai đó sẽ hiệu quả hơn. Vì bạn đã biết chính xác là mình đang gặp khó khăn ở khâu nào và có thể đưa ra câu hỏi đúng, rồi nhận câu trả lời chính xác!

#30 – Trị tật bất cẩn

Hay sai sót, cẩu thả, không cẩn thận, v.v... nhiều khi do bất cẩn mà chúng ta mất mát rất nhiều, không chỉ là cơ hội, thời gian, mà còn cả tiền bạc.

Thật ra bất cẩn không phải là một thói quen cụ thể, nó thuộc về tính cách và lối sống nhiều hơn. Bạn cũng có thể coi nó là một thói quen rất lớn, bao gồm vô vàn những thói quen nho nhỏ gộp lại, và được rèn luyện từ thuở bé.

Do đó, sẽ không có một cách "mì ăn liền" để trị tật bất cẩn ngay lập tức. Nhưng sẽ có những thói quen nhỏ, giúp bạn hạn chế phần nào hậu quả do sự bất cẩn gây ra, và dần trở nên cẩn thận hơn.

Mẹo 1: Tập thói quen Double-check

Double-check là kiểm tra hai lần, mỗi lần cách nhau một khoảng thời gian nhất định, giúp bạn hạn chế được những sai sót không đáng có.

Chẳng hạn sau khi khóa cửa, bước đi vài bước thì quay lại nhìn hoặc sờ ổ khóa.

Khi soát lại bài, thì soát hai lần, một lần từ trên xuống, một lần ngược lại từ dưới lên.

Khi viết xong một email, bạn có thể copy nội dung của nó paste vào phần tin nhắn, rồi đọc lại trên điện thoại.

Hãy kiểm tra lại 2 lần, theo những cách khác nhau!

Mẹo 2: Để ý những chi tiết nhỏ

Đôi khi bất cẩn là do tật đại khái, thứ gì cũng chung chung, qua loa. Vậy thì chúng ta cần tập một thói quen ngược lại là chú ý tới từng chi tiết nhỏ.

Hãy thử dành thời gian quan sát một đồ vật bất kì trong nhà, để ý từng chi tiết từ trên xuống dưới, từ dưới lên trên, đặt câu hỏi tại sao họ lại thiết kế như vậy?

Bạn cũng có thể quan sát một người, quan sát thói quen thường ngày của họ, quan sát các chi tiết trên quần áo, quan sát, quan sát, và quan sát. Đơn giản là quan sát thôi, đừng đánh giá hay phán xét gì cả.

Mẹo 3: Tập trung làm từng việc một

Nhiều khi bất cẩn là do sự mất tập trung. Tâm trí quá bận rộn với nhiều mối lo toan, nên không thể nào tỉnh táo được để làm một việc gì đó.

Hãy tập thói quen gạt hết mọi thứ có thể gây xao nhãng, trước khi bạn bắt tay vào làm một việc gì đó. Khi làm thì cố gắng tập trung hết sức vào nó, cho tới khi xong.

Ngoài ra hãy tham khảo thêm kỹ thuật Pomodoro để gia tăng hiệu quả công việc. Bạn có thể Google từ khoá "Fususu làm sao tập trung" để được hướng dẫn chi tiết.

#31 - Bánh mì kẹp... chê.

Hầu hết mọi người đều thích được khen, lời khen tạo động lực để người ta tiếp tục làm những việc họ đang làm. Song nhiều lúc chúng ta lại cần những lời chê, để giúp ai đó sửa sai và tiến bộ. Vậy làm sao chê hiệu quả mà không làm họ phật lòng?

Thông thường nếu chê luôn, đối phương sẽ tỏ ra khó chịu, bộ não họ sẽ "đóng cửa" với mọi ý kiến của bạn sau đó, dẫn tơi tình trạng tái diễn lần sau. Còn nếu bạn áp dụng bí mật "bánh mì kẹp chê" này, bạn sẽ thấy hiệu quả vô cùng khác biệt.

Hãy cùng khám phá bí quyết này thông qua ví dụ.

Cách thông thường:

"Này X," thầy giáo nói. "Chữ em viết như gà bới ấy, hãy dành thời gian luyện viết nhiều vào!"

Cách bánh mì kẹp:

"Này X," thầy giáo nói. "Tôi rất thích cách em dùng từ ở đoạn này. Rất sáng tạo!"

X đỏ mặt.

Thầy giáo mỉm cười. "Song giá như em viết

chữ đẹp hơn, thì mọi người sẽ đọc được và học hỏi từ em đấy."

"Dạ." X nở một nụ cười.

Thầy giáo nói tiếp. "Đừng để chữ xấu che giấu những ý tưởng tuyệt vời của em. Hãy dành chút ít thời gian luyện chữ mỗi ngày..."

Bạn thấy sự khác biệt chứ?

Ở cách thứ nhất, X có thể gật gù, trong đầu cậu chỉ ấn tượng mỗi một câu thầy chê chữ mình như gà bới, chứ đâu có để ý gợi ý phía sau. Còn với cách thứ hai, tôi tin là X sẽ có động lực để bắt đầu luyện chữ đẹp ngay lập tức.

Cách thứ hai gọi là bánh mì kẹp chê. Bánh mì kẹp sẽ có hai phần bánh ở bên ngoài, kẹp ở giữa là phần nhân ngon lành. Cách mà chúng ta đưa ra lời chê hiệu quả cũng sẽ tương tự như thế. Lời chê sẽ được kẹp ở giữa bằng hai lời khen.

Tóm lại, cách chê thông thường là chê luôn, còn bánh mì kẹp là Khen – Chê – Khen. Đồng thời hãy nhớ, đừng chê trước mặt đông người nhé. Khen trước đông người, thậm chí khen sau lưng, nhưng hạn chế chê bai người ta trước đông người, hoặc chê sau lưng.

Hãy cứ thử áp dụng, rồi bạn sẽ thấy cách này đem lại hiệu quả vô cùng tuyệt vời.

#32 – Mơ mộng mỗi ngày

Câu hỏi thứ nhất: Mơ mộng là tốt hay xấu?

Câu hỏi thứ hai: Bạn dựa vào đâu để đánh giá?

Nếu dựa vào những lời chỉ trích của người đời dành cho những kẻ "mơ mộng hão huyền" để đánh giá mơ mộng là xấu, thì thật là không công bằng.

Hãy nhớ, mọi phát minh từ vĩ đại nhất, cho tới đồ vật tiện ích nho nhỏ bé xinh xung quanh bạn ngay lúc này, đều đã từng chưa có mặt trên đời, cho tới khi có người bắt đầu mơ mộng về nó. Rồi trong hàng ngàn người mơ mộng về nó, có những người bắt tay vào thực hiện. Trong những người ấy, có người đã thành công và tạo ra thành quả cho chúng ta hưởng, và giờ chúng ta phán xét mơ mộng là xấu ư? Vậy liệu có công bằng hay không?

Nếu định nghĩa mơ mộng là nghĩ về những thứ chưa xảy ra, thì thật ra người ta mơ mộng suốt ngày. Tệ thay, hầu hết mọi người đều nghĩ về những thứ tiêu cực, đem lại sự lo lắng, bồn chồn. Vì thế, hãy học cách mơ mộng tích cực. Thế nào là mơ mộng tích cực? Có hai khía cạnh.

Thứ nhất là nội dung:

Nghĩ về những điều lạc quan, những giải pháp, những ý tưởng. Dù chúng có kì lạ đến mấy, cũng không sao cả. Mọi ý tưởng đều là những cánh cửa cơ hội, nếu không dẫn ta tới chỗ thực hiện được, thì cũng dẫn tới một ý tưởng khả thi khác.

Thứ hai là thời lượng:

Mỗi ngày chúng ta ngủ 8 tiếng rồi (và có thể mơ), nếu ban ngày bạn cũng dành thêm vài tiếng nữa để mơ mộng tiếp, thì đúng là không tốt. Chúng ta cần mơ mộng mỗi ngày, nghĩ tới những viễn cảnh tương lai tốt đẹp, song chúng ta cũng cần thời gian để hiện thực hóa nó. Vì thế khoảng 5-10 phút mơ mộng trong lúc tỉnh là đủ.

Cách áp dụng đơn giản:

Hãy làm một cuốn sổ (hoặc một file Word), ghi tiêu đề là "Sổ mơ mộng". Rồi mỗi một trang, bạn hãy viết vào đó những câu hỏi mang tính tầm nhìn kiểu như:

10 năm nữa tôi sẽ như thế nào?

Điều tuyệt vời nhất sẽ đến trong đời tôi là gì?

Tôi sẽ phát minh hay đóng góp thứ gì cho đời?

Trong di chúc, tôi sẽ để lại tài sản gì cho con cháu?

Dấu ấn quan trọng trong đời tôi sẽ là gì?

...

Điều quan trọng là bạn viết mỗi câu hỏi trên một trang giấy, để chừa lại khoảng trắng bên dưới. Quan trọng hơn, bạn không nên trả lời ngay, mỗi ngày dành 5 – 10 phút mở sổ mơ mộng ra nhìn lại, và suy ngẫm. Câu trả lời có thể thay đổi, và cũng có thể càng ngày càng rõ ràng hơn.

Hãy dành một chút thời gian để mơ mộng mỗi ngày, và thời gian còn lại là để hành động. Bạn sẽ trở nên khác biệt với những người chẳng bao giờ mơ mộng, và cũng khác với những người suốt ngày mơ mộng mà chẳng hành động!

#33 – Sưu tầm danh ngôn

Nhiều người bắt đầu buổi sáng bằng một bài tập thể dục nào đó, còn nhiều người khác lại bắt đầu bằng việc tắt đồng hồ báo thức và ngủ nướng. Còn tôi, thì bắt đầu mỗi sáng bằng việc đọc những câu châm ngôn, khi tìm được câu hay hay, tôi thường chia sẻ cho các độc giả qua Fanpage Fususu.

Nhờ vậy, tôi đã khám phá ra rất nhiều lợi ích mà ít người biết về chúng. Đầu tiên là để rút ra một châm ngôn hay, tác giả thường phải trải qua một kinh nghiệm không dễ chịu. Việc đọc chúng sẽ giúp bạn học hỏi kinh nghiệm hữu ích.

Thứ hai là những câu châm ngôn tích cực sẽ giúp định hướng tư duy, giúp truyền một nguồn cảm hứng sống mạnh mẽ, là một thức ăn tinh thần rất tốt cho buổi sáng.

Bạn có thể sử dụng những câu châm ngôn để tăng sức thuyết phục cho một bài thuyết trình, bài viết, thậm chí cả trong giao tiếp với mọi người.

Thứ ba là các câu châm ngôn thường rất ngắn,

dễ đọc, dễ thuộc, thường có cả phiên bản tiếng Anh lẫn tiếng Việt. Bạn hoàn toàn có thể học tiếng Anh nhờ chúng. Bạn có thể tham khảo bộ gần 200 châm ngôn song ngữ tôi đã tổng hợp bên dưới.

100 châm ngôn song ngữ về thành công: Google từ khoá "Thành công là gì Fususu" để nhận bạn nhé.

87 châm ngôn song ngữ về tình yêu: Google từ khoá "Tình yêu là gì Fususu" để nhận bạn nhé.

Nếu mỗi ngày bạn đều tìm kiếm những câu châm ngôn hay, tâm trí bạn liên tục được "tắm táp" trong những lời lẽ tích cực, điều đó rất tốt. Rồi khi tìm được một câu châm ngôn hay, bạn có thể dùng Powerpoint chèn thêm ảnh nền đẹp, rồi up lên Facebook, truyền cảm hứng cho mọi người. Tôi có viết một Blog về cách tìm ảnh đẹp, hãy Google từ khoá "Fususu thủ thuật tin học" để áp dụng nhé.

Khi sưu tầm, đọc, áp dụng đủ nhiều các câu châm ngôn, bạn sẽ dần dần tự nghĩ được ra cho mình những câu châm ngôn thú vị. Dán các câu châm ngôn ở chung quanh bạn cũng là cách giúp bảo vệ bạn khỏi những suy nghĩ tiêu cực, lúc nào cũng chầu chực để tấn công bạn. Bạn cũng thể in thành những tấm thẻ để tặng mọi người, hoặc để bốc thăm may mắn mỗi ngày, giúp định hướng tư duy ngày đó. Tôi đã làm sẵn cho bạn rồi, hãy Google từ khoá "Fususu bộ 104 ảnh truyền cảm hứng".

Google Fususu hơi nhiều phải không nào, song đó là do Google thích Blog Fususu đấy. Hãy cứ Google từ khoá Fususu kèm một thứ gì đó bạn muốn, rồi bạn sẽ ngạc nhiên!

#34 – Khen cụ thể

Ai cũng thích được khen, ai cũng đã từng khen, song không phải lời khen nào cũng có thể để lại tác động sâu sắc. Nguyên tắc đơn giản sau sẽ giúp bạn tạo ấn tượng khó phai cho người được khen.

Nguyên tắc đó được gói gọn trong một câu: "Cụ Thể có bộ râu trắng muốt." Nguyên tắc là cụ thể.

Hầu hết mọi người đều sử dụng những lời khen chung chung kiểu như: Em đẹp quá, cơm thật ngon, bạn thật giỏi. Cũng tốt, nhưng chưa đủ. Để gây ấn tượng với não bộ, bạn cần phải khen một cách cụ thể hơn.

Hãy nhớ, lời khen suy cho cùng cũng là một lời nói. Mà lời nói thì gió bay. Một con thuyền, nếu không được neo đậu vào đâu đó, sẽ bị gió cuốn trôi. Tương tự, một lời khen cũng cần phải gắn với thứ gì đó cụ thể như vậy.

Thay vì khen "Em đẹp quá!" hãy khen "Em thật là biết cách chọn trang phục", hoặc "Cái váy khiến em lộng lẫy lạ thường."

Thay vì khen "Cơm thật ngon", hãy khen "Ai

cắt cà rốt khéo tay ghê, lát cắt mỏng nên ngấm gia vị, ăn rất dễ chịu, v.v..."

Thay vì khen "Bạn thật giỏi", hãy khen "Tôi rất thích cách bạn xử lý tình huống ấy, không nhiều người làm được như bạn đâu."

Để khen được cụ thể và ấn tượng, bạn cần phải luyện cho mình khả năng quan sát tốt. Hãy để ý tới nỗ lực của người được khen, và tập trung khen sự nỗ lực đó, càng cụ thể càng tốt.

#35 – Đưa hai lựa chọn

Trong công việc cũng như giao tiếp hằng ngày, chắc hẳn không ít lần bạn phải yêu cầu ai đó làm một việc gì đó. Nếu họ thích thì không sao, song bạn sẽ làm gì khi họ ngại không làm và tỏ thái độ? Mẹo nhỏ sau đây sẽ giúp bạn hóa giải tình huống đó.

Lẽ thường, dù ít hay nhiều, thì ai cũng đều có một cái Tôi. Ai cũng muốn mình có quyền tự quyết, ai cũng muốn khẳng định bản thân, ai cũng có nhu cầu được tôn trọng. Do đó, khi thuyết phục ai đó làm một thứ gì đó mà bạn khiến cho họ cảm thấy họ có quyền lựa chọn, tỉ lệ thành công sẽ rất cao. Hãy tìm hiểu mẹo "đưa hai lựa chọn" này thông qua một vài ví dụ.

"Con!" người mẹ gào lên. "Mấy giờ rồi còn chơi, đi học bài nhanh lên!"

Đó là một cách phổ biến mà những người mẹ hay dùng để lôi đứa con quý hóa của mình ra khỏi chiếc smartphone. Tất nhiên, hầu hết các bạn nhỏ sẽ đều tỏ thái độ hằn học. Còn bây giờ là một cách khác.

"Này con," người mẹ ôn tồn nói. "Giờ chơi đã hết. Con có hai lựa chọn. Một là chơi tiếp, bài tập làm không xong, mai cô giáo mắng, mẹ sẽ cúp chơi một tuần. Hai là con mau chóng làm bài tập thật nhanh, nếu xong sớm, con có thể chơi tiếp một chút."

Bạn đoán xem chuyện gì xảy ra? Một đứa bé biết suy tính tất nhiên sẽ chọn cách hai. Còn trong trường hợp nó chọn cách một, thì cũng tốt thôi, đây là cơ hội để bé được trải nghiệm hậu quả do hành động của mình gây ra.

Bằng cách này, bạn không chỉ tôn trọng quyết định của con, mà còn giúp con học được bài học là mọi lựa chọn trong cuộc sống, đều có hệ quả của nó. Hãy lựa chọn một cách không ngoan.

Chúng ta cần phải làm việc chăm chỉ hơn, sáng tạo hơn, nếu không công ty sẽ phá sản," sếp nói với toàn bộ nhân viên. "Đó là điều tôi muốn nói với anh chị!"

Hãy thử xem giữa cách đó, với cách nói của một vị sếp khác, cách nào tạo động lực hơn nhé.

"Công ty chúng ta đang gặp khó khăn," vị sếp nói. "Giờ bạn có hai lựa chọn. Một là cứ làm việc theo cách mà bạn đang làm, rồi vài tháng nữa thôi, chẳng ai sẽ còn việc mà làm, công ty này phá sản. Hai là mỗi người hãy đưa cho tôi một ý tưởng giúp nâng cao gấp đôi doanh số trong quý tới, ý tưởng hay sẽ được trọng thưởng."

Thế nào? Bạn thấy hai cách hoàn toàn khác biệt chứ. Một cách ra đưa ra mệnh lệnh. Còn cách kia tạo ra sự lựa chọn, mở ra một cánh cửa đầy cảm hứng, tràn ngập những ý tưởng.

#36 – Mở rộng vốn từ

Một người bạn của tôi muốn học tiếng Anh, cô ấy đăng ký một lớp và trả tiền trước 3 tháng, nhưng mới được hơn một tháng cô ấy đã xin nghỉ do không hiệu quả. Tôi giới thiệu cho cô ấy mẹo này, tới nay cô ấy vẫn dùng, và trình độ tiếng Anh tiến bộ từng ngày.

Một trong những nguyên nhân lớn nhất khiến cho việc học tiếng Anh không hiệu quả, đó là không có mục tiêu rõ ràng. Khi lan man như vậy, người ta sẽ toàn học những thứ mà chẳng biết bao giờ mình sẽ dùng. Mà đã là ngoại ngữ, không dùng hằng ngày thì làm sao mà giỏi được?

Nếu muốn biến tiếng Anh thành tiếng bố đẻ, thì bạn cần phải mở rộng vốn từ bằng chính tiếng mẹ đẻ của mình. Cách làm cực kì đơn giản, đó là mỗi lần bạn đọc được thứ gì đó thú vị bằng tiếng Việt, hãy chọn ra một vài từ khóa, rồi thử dịch sang tiếng Anh xem sao.

Chẳng hạn trong đoạn bên trên, tôi chọn 5 từ khóa là: từ vựng, mở rộng, từ khóa, tiếng mẹ đẻ, tiếng bố đẻ. Bạn có dịch được chúng sang tiếng Anh không? Vocabulary, Expand, Keyword, Mother tongue... Father tongue. Từ nào chưa biết nghĩa thì chúng ta sẽ tra từ điển thôi.

Bằng cách này, bạn sẽ mở rộng vốn từ của mình một cách tự nhiên, không hề gượng ép. Hơn nữa, do bạn chỉ chọn từ khóa của những thông tin mình thấy thú vị trong cuộc sống, cho nên khả năng ghi nhớ chắc chắn cũng sẽ cao hơn, tần suất ứng dụng cũng sẽ cao hơn các thông tin khô khan trong giáo trình.

Bạn cũng có thể linh hoạt áp dụng bằng việc viết Status Facebook. Sau khi viết xong, hãy chọn các từ khóa trong Status của bạn, dịch sang tiếng Anh một vài từ. Bạn có thể comment từ tiếng Anh ngay dưới Status của bạn, để người khác cũng có cơ hội học luôn. Rất hay phải không nào?

Một lưu ý quan trọng khi dùng cách này, đó là thời gian đầu bạn không nên cố gắng dịch cả câu hoặc quá nhiều từ, sẽ dễ bị nản, khó thành thói quen. Mỗi lần đọc xong, hãy lướt qua, dịch vài ba từ thôi. Khi làm vậy thì mới làm được nhiều lần, hình thành thói quen, thì bạn có thể làm những câu dài hơn.

Đây là một trong những cách học tiếng Anh du kích mà tôi rất thích, nếu bạn muốn biết nhiều mẹo hay hơn nữa, hãy tìm đọc cuốn sách "21 cách học tiếng Anh du kích" của tôi nhé.

Chúc tiếng Anh sớm thành tiếng bố đẻ của bạn!

#37 – Cuốn sách cuộc đời

Bạn thấy lối sống của mình có vẻ nhàm chán? Bạn muốn thay đổi? Bạn muốn làm mới mình? Sau đây là một cách thức đơn giản để thực hiện điều đó. Nó được gọi là chiến dịch "Cuốn sách cuộc đời".

Ý tưởng cơ bản là ví cuộc sống của bạn giống như một cuốn sách. Khi ấy, chắc chắn bạn sẽ không muốn nó bị ế trên kệ đâu. Để làm được như thế, thì cuốn sách cuộc đời bạn không chỉ cần một cái tên hấp dẫn, mà từng chương, từng phần cũng phải có những chủ đề thú vị.

Tôi thì đặt tên sách của mình là 'TỰ tạo niềm vui, sung SƯỚNG mỗi ngày' với nội dung chính là mỗi ngày, mỗi tuần, mỗi tháng tôi sẽ đều làm một thứ gì đó mới mẻ để ngày càng yêu đời hơn, sung sướng hơn, lan tỏa sự lạc quan tích cực cho mọi người. Còn bạn, bạn sẽ đặt tên cho sách của mình là gì? Và nội dung chính sẽ là gì?

Sau khi có được tên sách, nội dung chính thì việc tiếp theo, một việc quan trọng hơn. Tôi không biết phần đời đã qua của bạn như thế nào, song thật khó để nhìn về tương lai nếu chúng ta cứ lật đi lật lại những trang sách cũ. Nếu muốn, bạn có thể đặt cho nó một cái tên, rồi gấp chúng lại để sang một chương mới.

Chẳng hạn, trong mấy năm vừa qua, do dành thời gian ủ mưu tính kế, rồi viết sách, viết Blog, cả ngày tôi cắm mặt vào cái máy tính, nên tôi sống khá là khép mình. Tôi đặt tên cho chương đó là "Những ngày tháng trong hộp." Giờ đây, tôi thấy đã tới lúc thay đổi, đã tới lúc đi ra ngoài và trải nghiệm nhiều thứ mới mẻ. Chương tiếp theo của tôi là "Dâu tây và xe đạp".

Cụ thể là nghe nói dâu tây rất tốt cho da, tháng này tôi sẽ nghiên cứu về nó để xem có trị được mụn sau lưng tôi không. Còn xe đạp, tôi sẽ tập thể dục bằng cách đạp xe nghe sách, tức là vừa đạp xe vừa nghe Audio là những cuốn sách hay.

Đó là cách mà tôi viết nên trang sách cuộc đời mình. Mỗi năm, mỗi tháng, mỗi tuần, thậm chí mỗi ngày kể từ giờ sẽ có một cái tên thú vị nào đó. Tôi sẽ không bật dậy khỏi giường và bắt đầu ngày mới nếu như không biết được trang sách ngày hôm nay sẽ có điều gì cảm hứng và mới mẻ.

Còn bạn, tên sách cuộc đời bạn sẽ là gì? Nội dung chính sẽ là gì? Chương vừa qua có tên là gì? Và chương tiếp theo sẽ như thế nào? Hãy dành ít phút để trả lời nhé, rồi bạn sẽ thấy mình có thêm cảm hứng để bước tiếp trên hành trình cuộc đời.

#38 – Nghệ thuật cầu xin

Đã bao giờ bạn cầu ông trời cho bạn một thứ gì đó chưa? Trong 100 lần thì bao nhiêu lần được như ý?

Cầu trời cho kì tới con thi đỗ (sau đó thi trượt thì oán trách ông trời). Cầu trời cho con không ốm (tự nhiên hôm sau trở trời, lăn ra ốm). Cầu trời cho con được nhiều like (đăng lên ngồi chờ hoài, sao ít like vậy ta!)

Nếu ông trời có thật, hằng ngày ông ấy sẽ phải nghe bao nhiêu lời cầu khấn tương tự từ hơn 7 tỉ người? Cứ cho là ông ấy rất rảnh rỗi và nghe hết được, thì liệu có đủ sức hồi đáp tất cả? Và nếu hồi đáp, thì liệu ông có muốn mang những thứ tuyệt vời như thế cho những người lười biếng, chỉ biết cầu xin?

Đó chính là lý do mà những kiểu cầu xin như vậy ít khi đem lại hiệu quả. Với phương châm "mọi thứ đều có thể, vấn đề là phương pháp", tôi sẽ bật mí cách "cầu xin hiệu quả", đảm bảo bạn sẽ luôn nhận được câu trả lời từ ông trời (dù ông ấy có thật hay không).

Rất đơn giản thôi. Khi cầu xin ông trời thứ gì đó, thì thay vì dùng cấu trúc vô cùng ích kỉ là "Cầu trời cho con được cái này cái kia", thì bạn hãy thành tâm hơn bằng cấu trúc tương tự như sau.

"Kính thưa ông trời, mong ngài hãy chỉ đường dẫn lối để con có được bụng 6 múi."

"Alo, nếu ông trời ở đó, xin hãy chỉ cho con cách để nhân đôi số tiền mình kiếm được trong năm tới."

"Ông trời đáng yêu ơi, kính mong ông hãy giúp con tìm ra cách học ít mà điểm vẫn cao."

Thay vì cầu xin một kết quả nào đó, bạn hãy cầu xin giải pháp để có được kết quả ấy. Và điều quan trọng là bạn cần phải cầu mỗi ngày, cho đến khi nhận được câu trả lời.

Ông trời cũng bận chứ bộ, nên bạn phải chờ tới lượt... mà khi tới lượt mà bạn không cầu nữa, ông trời sẽ nghĩ bạn không muốn nữa thì sao!

Tôi sẽ không giải thích thêm tại sao nó hiệu

quả, vì có nói thêm bạn cũng sẽ không tin. Tốt nhất là bạn hãy làm thử mà xem. Hãy nhớ, đừng cầu kết quả, mà hãy xin phương pháp, cầu thấy con đường để dẫn tới kết quả đó, bạn sẽ luôn được hồi đáp!

#39 – Tập trung điều mong muốn

Ai cũng mong cầu những điều tốt đẹp, nhưng lại để những thứ mình không muốn đánh chiếm hết thời gian của họ.

Nghe thật đáng buồn, nhưng đó là sự thật:

Ai cũng mong muốn được yêu thương, nhưng họ dành rất nhiều thời gian cho việc ghen tuông, hờn giận.

Ai cũng mong muốn được giàu có, nhưng họ dành rất nhiều thời gian cho việc mua sắm tiêu pha.

Ai cũng muốn được bình an, nhưng họ lại cứ tập trung vào những rắc rối.

Ai cũng muốn được hạnh phúc, nhưng họ lại cứ mù quáng đâm đầu vào khổ đau.

Ai cũng muốn đạt được mục tiêu, nhưng họ dành hầu hết thời gian để nhìn vào những rào cản.

Luật tự nhiên là vậy, khi bạn tập trung vào thứ gì, năng lượng sẽ dồn vào đó, kết quả sẽ hiển hiện ở đó. Càng tập trung vào những thứ mình không muốn, là bạn đang tiếp thêm năng lượng cho nó.

Chính vì vậy, trong bất cứ hoàn cảnh nào, hãy luôn tự hỏi một câu thôi: Mình thật sự muốn gì? Rồi tập trung toàn tâm toàn ý vào suy nghĩ đó.

Khi năng lượng của bạn dồn vào những thứ bạn mong muốn, chắc chắn, con đường sẽ rộng mở, giải pháp sẽ xuất hiện! Trong trường hợp bạn không biết mình muốn gì, đó là do bạn đang bị tập trung vào những cảm xúc rối bời.

Lúc này đừng nghĩ nữa, cũng đừng ngồi yên một chỗ, hãy nhớ lại một việc đáng ra bạn nên làm từ lâu rồi, và dành toàn bộ năng lượng còn lại để thực hiện. Chắc chắn, bạn sẽ thành công!

#40 – Sổ tay lỗi sai

Còn nhớ hồi bé, mỗi lần nhận bài kiểm tra mà bị sai lỗi nào là về nhà tôi sẽ làm đi làm lại chỗ đó 10 lần để sau không mắc nữa. Thói quen đó tỏ ra rất hiệu quả, nó giúp tôi lần lượt cải thiện điểm số các môn học trên trường của mình, có những kỳ tôi đạt gần 10 phẩy.

Những lỗi sai hồi đó với tôi vừa là một người thầy, vừa là một người bạn giúp tôi tiến bộ. Song khi lớn lên, tôi thấy mình dần dần sợ mắc lỗi và cố làm mọi thứ thật hoàn hảo từ đầu. Và nếu có mắc lỗi, tôi thường cố giấu hoặc cố quên nó đi. Giờ thì tôi đã hiểu, đó chính là nguyên nhân khiến mình giậm chân tại chỗ.

Ai cũng biết thất bại là mẹ của thành công, song có vẻ hầu hết mọi người đều không đối xử tử tế với người phụ nữ không phải là mẹ đẻ này.

Tất nhiên, những bài kiểm tra của cuộc sống muôn hình vạn trạng, bạn khó có thể làm đi làm lại 10 lần như các bài kiểm tra ở trường, song ít ra thì bạn cũng có thể làm điều sau.

Sổ tay lỗi sai.

Đơn giản là mỗi khi mắc lỗi gì đó, hãy thành thật ghi lỗi đó xuống một cuốn sổ kèm với lời tự nhắc lần sau sẽ cải thiện như thế nào. Hoặc tử tế hơn nữa, thì trong nhật ký hàng ngày của bạn, hãy kiểm kê lại mọi hành động, lời nói trong ngày và viết xuống những gì mình có thể cải thiện.

Tóm lại, để đối xử tử tế với người mẹ thất bại và tiến tới thành công. Đừng sợ lỗi sai, hãy thành thực với chính bản thân mình, hãy trả lời hai câu hỏi sau vào cuối mỗi ngày, và ghi vào Sổ tay lỗi sai của bạn.

Hôm nay tôi có đó điều gì chưa tốt?

Tôi có thể cải thiện nó như thế nào?

Hãy áp dụng nhé! Đừng bỏ lỡ bất cứ lỗi sai hay thất bại nào, vì đó sẽ là những gì mà bạn sẽ tự hào nhất, hay là tấm huân chương sáng chói đeo trên ngực, khi bạn cập bến bờ của thành công.

Đừng lo lắng là khi bạn tập trung vào lỗi sai, thì... lỗi sai sẽ càng xuất hiện. Điều quan trọng là bạn nhìn lại lỗi sai đó với một thái độ bình tâm, và nhận ra điều mình cần cải thiện. Khi ấy, bạn vẫn đang tập trung vào tạo ra kết quả tích cực.

Bạn có thể lên Google hoặc Tiki để tìm kiếm từ khoá "sổ tay người thành công Fususu", tôi mới thiết kế một cuốn sổ tay rất đẹp, giúp bạn nhìn lại mỗi ngày, và tiến bộ nhanh chóng.

#41 – Tỉnh dậy sảng khoái

Ngay khi tỉnh dậy vào buổi sáng bạn thường làm gì? Bật dậy ngay lập tức? Tắt cái đồng hồ báo thức rồi ngủ tiếp? Dù bạn làm cách nào trong hai cách trên, thì đều có thể có tác hại riêng của nó.

Bật dậy ngay lập tức có vẻ rất cảm hứng, song làm không đúng tư thế, sẽ có thể tổn hại tới cột sống. Còn tắt đồng hồ và "nướng" thêm vài phút thì bạn biết hậu quả rồi. Tôi không cần phải nhắc lại.

Người ta nói phải làm việc lạ, bạn mới đạt được kết quả mới. Dưới đây là một chiến thuật thú vị, không những giúp bạn đảm bảo sức khỏe, mà lại tỉnh dậy một cách sảng khoái. Hãy thử nhé!

Ngay khi tỉnh dậy, bởi đồng hồ báo thức hoặc bất cứ thứ gì, hãy cứ... kệ. Hãy nằm im, nhắm mắt, hít thở và bắt đầu đếm từ 1 tới 30. Khi đến 30, bạn mới từ từ ngồi dậy. Cách ngồi dậy đúng là nghiêng người sang phải, chống tay ngồi dậy.

Khi ngồi dậy, bạn vẫn nhắm mắt, hít thở, đếm

từ 1 tới 30. Sau đó mới từ từ đứng dậy và đi tắt đồng hồ báo thức (nếu nó vẫn còn kêu).

Đơn giản chỉ có thế thôi, song sẽ đem lại nhiều kết quả khác biệt. Bạn sẽ ngày càng bình tâm hơn, làm chủ cảm xúc tốt hơn, và gặt hái những kết quả tuyệt vời hơn. Hãy thử xem sao nhé!

#42 - Lắng nghe thuyết phục

"Em muốn làm người yêu anh không?"

"Không."

"Mẹ mua cho con cái đó nhé!"

"Không được."

Khi muốn thuyết phục một ai đó bạn sẽ làm gì? Gặp người ấy và nói thẳng ra điều mình muốn ư? Tốt thôi, song tỉ lệ thành công là bao nhiêu?

Sự thật là hầu hết mọi người đều chỉ quan tâm tới điều mà họ muốn, chứ không phải điều người khác muốn. Đó là lý do cách thuyết phục như trên thường thất bại. Mẹo sau đây sẽ vừa giúp bạn nâng tỉ lệ thuyết phục thành công lên 80%, mà lại rất an toàn vì nếu không thành công, bạn vẫn giữ được mối quan hệ tốt.

Hãy đọc nguyên tắc này vài lần: Thay vì nói ra điều bạn muốn, hãy hỏi họ đang muốn gì mà lại cản trở điều mà bạn muốn. Hơi "xoắn" phải không, đó là lí do tôi muốn bạn đọc câu đó vài lần. Hãy biến nguyên tắc này thành một cấu trúc câu hỏi cụ thể.

"Anh/chị/bạn nghĩ sao nếu" + { mong muốn của bạn }? Ví dụ, "Em nghĩ sao nếu có người yêu bây giờ?" "Mẹ nghĩ sao nếu mua cho con món đồ kia?"

Với cách này, bạn vừa thể hiện sự quan tâm tới mong muốn của đối phương, vừa thể hiện thái độ lắng nghe tích cực, mà cũng an toàn hơn vì nếu họ có ý từ chối, thì họ cũng sẽ nói ra mong muốn của họ, cánh cửa hi vọng vẫn còn rộng mở hơn, so với cách làm cũ. Nếu bạn quan tâm tới các bước chi tiết cùng ví dụ cụ thể hơn, hãy Google "Thuyết phúc bất cứ ai Fususu".

#43 - Bí mật ngủ ngon

Bạn có bị mất ngủ không? Tôi cũng từng như vậy. Hết xoay bên này, lại trở mình bên kia, nhiều đêm tôi thao thức không sao ngủ được. Tôi khát khao một giấc ngủ, tôi tự hỏi sao giấc ngủ quan trọng như thế mà suốt mười mấy năm đi học, không ai dạy tôi cách đi ngủ???

Còn giờ đây ư? Chỉ cần chưa tới 5 phút là tôi có thể chìm vào một giấc ngủ sâu không mộng mị, thức dậy đầy sảng khoái. Bí mật của tôi vô cùng đơn giản, không cần dùng thuốc hay bất cứ sự hỗ trợ của máy móc nào cả. Bạn hoàn toàn có thể làm được.

Đầu tiên, bạn phải chấp nhận một sự thật: Bạn càng khao khát muốn ngủ, thì bạn càng mất ngủ.

Bản chất của giấc ngủ là sự nghỉ ngơi của cơ thể và tâm trí. Bạn cứ hết xoay bên này, rồi bên kia, thì cơ thể sao mà yên được? Bạn cứ tỏ ra bực bội, cứ nằm tự hỏi "Sao tôi không ngủ?" thì có nghĩa là tâm trí vẫn đang làm việc!

Do vậy, hãy chấm dứt ngay thái độ "khát khao"

giấc ngủ đó đi. Giấc ngủ là một phần của tự nhiên, bạn càng ham muốn, bạn càng tìm cách tác động tới giấc ngủ, thì càng... mất tự nhiên. Trước khi sinh ra, ai mà không ngủ li bì 9 tháng 10 ngày? Nên bạn hoàn toàn có thể ngủ một cách tự nhiên!

Tiếp đến, bạn cần học cách ngủ mà như... không ngủ. Tức là bạn nằm yên, hít thở tự nhiên, tay chân cấm có động đậy.

Mục đích của bước này là cho cơ thể nghỉ ngơi. Tâm trí bạn thao thức cũng được, song khi cơ thể được nghỉ ngơi thì bạn đã đạt được 50% mục đích rồi. Cứ nhắm mắt, hít thở, thân bất động.

Sau đó, để đạt 100% mục đích còn lại, bạn cần học cách cho tâm trí được nghỉ ngơi. Làm sao để cho tâm trí nghỉ ngơi khi nó cứ như con khỉ, hết chuyển từ cành suy nghĩ này, sang cây suy nghĩ khác?

Suy nghĩ liên tục là thói quen lâu đời của tâm trí rồi, bạn đừng hi vọng dừng mọi suy nghĩ ngay lập tức, mà hãy khéo léo hướng nó tới hiện tại, thay vì lo lắng cho ngày mai, hay day dứt với quá khứ. Hãy tập trung vào hiện tại, và cụ thể hơn là các cảm giác trên khuôn mặt bạn, ở vùng mũi.

Hít vào, để ý cảm giác man mát khi không khí đi vào lỗ mũi. Thở ra, để ý cảm giác luồng không khí ấm hơn đi ra. Hít vào, để ý cảm giác nằng nặng ở đôi mắt, thở ra để ý cảm giác có gì đó nhột nhột ở hai má (ôi, tôi đang viết tới đoạn này là cảm giác thư giãn muốn thư giãn rồi).

Hãy cứ để ý các cảm giác xuất hiện ở bề mặt da trên khuôn mặt của bạn và mặc kệ chúng. Khi làm như vậy một hồi, bạn sẽ lôi được tâm trí về hiện tại, và kiểu gì bạn cũng sẽ ngủ lúc nào không hay. Hoặc nếu vẫn không ngủ được thì cứ kệ thôi, lúc thức dậy bạn sẽ vẫn tỉnh táo vì cơ thể được nghỉ ngơi, tâm trí được thư giãn.

Để giúp bạn hiệu quả, tôi đã làm khá nhiều những Audio hỗ trợ giấc ngủ. Bạn có thể Google từ khoá "Bí mật ngủ ngon Fususu" để download.

Chúc bạn ngủ ngon!

P.s. Trước khi ngủ, hãy tải Audio hướng dẫn ngủ ngon từ Fususu và trải nghiệm nhé. Rồi nếu bạn ngủ được thật, đừng ích kỉ mà giấu kín, hãy chia sẻ bí kíp cho bạn bè người thân bạn. Vì một thế giới ai cũng có một giấc ngủ ngon!

#44 – Trả góp ước mơ

Đố bạn nơi nào có nhiều nhất những cuốn sách hay nhưng chưa từng được xuất bản? Nơi nào có nhiều nhất những ý tưởng hay nhưng chưa từng được thực hiện?

Câu trả lời là... nghĩa địa.

Vâng, vì không biết cách thực hiện ước mơ, mà cũng khó để lại trong di chúc, nên hầu hết mọi người đã phải đem theo chúng xuống mồ.

Ước mơ dù nhỏ hay to, thì cũng đều là ước mơ. Chúng có thể mang lại hạnh phúc tột cùng khi trở thành hiện thực, cũng có thể trở thành điều nuối tiếc nhất khi bạn nhắm mắt xuôi tay. Ngay bây giờ, tôi sẽ bật mí cho bạn cách thực hiện ước mơ đơn giản và dễ làm nhất mà tôi từng khám phá ra.

Đó là phương pháp "trả góp ước mơ". Không cần biết bạn phải làm gì, và làm trong bao lâu, song điều quan trọng là mỗi ngày bạn làm một thứ gì đó, trong một khoảng thời gian nào đó cho ước mơ ấy, liên tục mỗi ngày. Hãy ưu tiên nó trước mọi việc khác, và thực hiện trước khi quá muộn.

Ước mơ của tôi là xuất bản những cuốn sách hay. Kể từ năm 2014, khi phát hiện ra kỹ thuật này, không có ngày nào là tôi không viết lách một thứ gì đó. Cứ rảnh là tôi viết, có lúc chỉ 5 phút, có lúc 10 phút, có lúc 30 phút, có khi 120, 180 phút. Cứ thế cộng lại, và tới nay tôi đã viết xong trên dưới 5 cuốn, có những cuốn đã được xuất bản, có những cuốn đang chuẩn bị in. Cảm giác "trả góp" mỗi ngày cho ước mơ, giờ tới ngày hái quả thật là thích.

Do đó, nếu có một ước mơ. Bạn hãy dành thời gian nghĩ xem nếu như có 5 phút, 10 phút, 15 phút, hay cả ngày cho ước mơ đó thì bạn sẽ làm những gì?

Do hầu hết mọi người chẳng lập ra danh sách này, nên họ lúc nào họ cũng nghĩ, "lúc này hơi ít thời gian nhỉ, thôi để khi nào nhiều thời gian thì làm", và sự thật là lúc nào cũng thiếu!

Hãy hành động ngay, ước mơ là để thực hiện, chứ không phải để bạn đem theo xuống nấm mồ!

Hãy hành động ngay!

Làm bất cứ điều gì cho ước mơ ngay hôm nay, dành bất cứ khoảng thời gian nào cho nó.

Hãy trả góp cho ước mơ của bạn ngay hôm nay, đừng để xuống mồ rồi vẫn còn bị nữ thần ước mơ đòi nợ bạn nhé!

#45 – Con quỷ "trì hoãn"

Cũng giống như bao người, tôi không thoát được bàn tay của con quỷ "trì hoãn". Nó khôn lắm, ban đầu nó rỉ tai "nghỉ một xíu đi", rồi tiếp đến là "việc này nhỏ, không làm không sao" v.v... Và tôi đã trở thành nô lệ nghe lời nó răm rắp lúc nào không hay, tôi hoãn lại mọi việc dù to tới nhỏ, bất kể ngày hay đêm.

Lấy độc trị độc, tôi nghĩ ra phương thuốc đơn giản được gọi là "Thứ 7 trì hoãn". Tức là trong ngày hôm đó, tôi sẽ chủ động "trì hoãn" lại tất cả mọi việc khác, và tập trung làm những việc mà tôi đã trì hoãn trước đây cả tuần, cả tháng, thậm chí cả năm. Chắc chắn là có một danh sách dài đấy, song giữa muộn và quá muộn, là sự khác biệt rất lớn, nên tôi cứ làm thôi.

Tại sao tôi chọn thứ 7? Vì đây là ngày mà thường mọi người sẽ có xu hướng nghỉ ngơi, nên là cơ hội để tôi chiến thắng bản thân. Hơn nữa, nếu như tôi có thể làm xong hoặc xong một phần nào đó cái việc mà mình đã trì hoãn quá lâu, thì tôi sẽ có một ngày chủ nhật xả hơi thật là thoải mái. Đây là cơ chế phần thưởng trong nguyên lý hình thành thói quen.

Tất nhiên, không chỉ là thứ 7, bạn hoàn toàn có thể tạo ra những "giờ trì hoãn" trong ngày. Song vao giờ đó không phải là bạn trì hoãn, mà là bạn dành thời gian cho những việc mình đã trì hoãn bấy lâu nay.

Thậm chí nếu không có được một giờ, thì "phút trì hoãn" cũng không sao. Dành 1 phút cho việc đó, có nghĩa là bạn đã bớt đi... 60 giây để nuôi dưỡng con quỷ trì hoãn!

Suy cho cùng thì mọi thứ chỉ là thói quen thôi. Hãy cứ kiên trì, rồi kiểu gì bạn cũng thành công!

#46 – Viết ra cảm xúc

Những gì xảy đến với bạn chỉ chiếm 10% kết quả tạo ra, còn 90% là do phản ứng của bạn. Nói tới phản ứng, hôm rồi có chuyện làm tôi bức xúc lắm, không ngờ sau đó tôi lại khám phá ra một mẹo nhỏ mà có võ, giúp mình làm chủ phản ứng tốt hơn.

Số là tôi đặt hàng tại một shop Online để ship quà kèm với lời nhắn ý nghĩa. Tôi nhắn địa chỉ nhận quà để xin báo giá rồi chuyển khoản, song khi chuyển tiền xong và lời nhắn, thì shop nói là shipper đã đi rồi, không kịp làm thiệp.

Thật không biết nói sao nữa, tôi hoàn toàn thất vọng. Tôi lập tức mở MS Word ra, viết nguyên một trang bày tỏ cảm xúc và định lát nữa sẽ copy-paste đăng lên fanpage của shop ấy kèm với đánh giá 1 sao. Viết xong, tôi chưa đăng ngay do đang dở tay làm mấy việc, nên cứ để tạm đó.

Một lát sau, tôi quay lại cái review trên màn hình, tôi đọc lại và chợt nhận ra sao mình có nhiều cảm xúc tiêu cực đến thế? Liệu một chuyện cỏn con như vậy có đáng để mất đi sự bình an quý giá của mình?

Tôi đã bình tâm lại, cuối cùng, tôi nhắn tin góp ý (song thật tiếc là shop ấy cũng không tỏ ra lắng nghe, ha ha) Mẹo nhỏ mà tôi rút ra, đó là mỗi khi có chuyện gì đó bức xúc... hãy viết hết ra, viết hẳn thành một lá thư hoành tráng.

Song khi hoàn tất, đừng gửi vội, đừng đăng vội, hãy cứ để tạm đó một thời gian!

Với cách làm này, bạn sẽ không chỉ thoải mái hơn, mà đến khi bình tâm đọc lại, bạn sẽ nhận ra rất nhiều vấn đề, cũng như học hỏi từ chính bản thân mình.

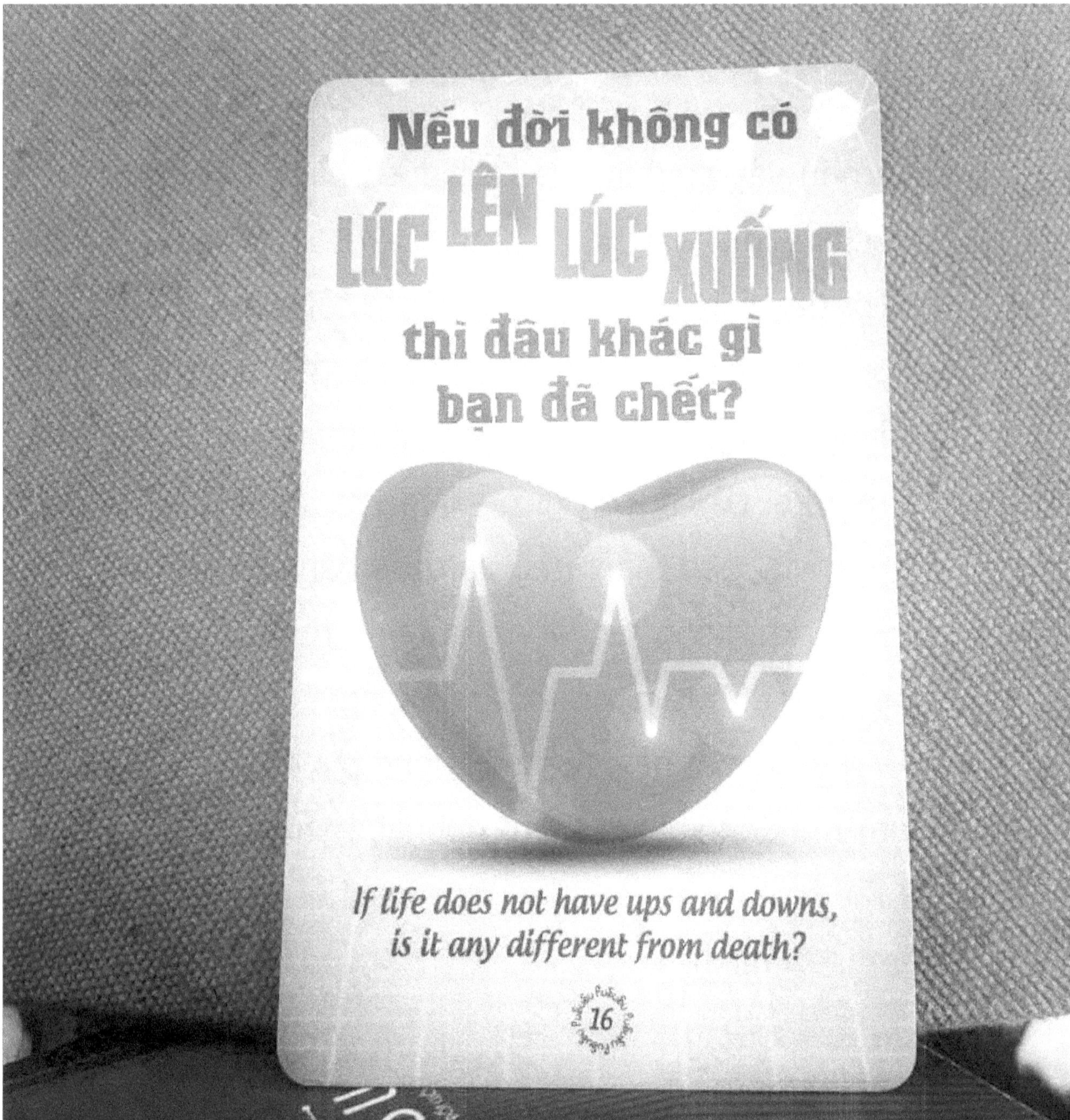
Nếu đời không có
LÚC LÊN LÚC XUỐNG
thì đâu khác gì
bạn đã chết?
If life does not have ups and downs,
is it any different from death?
16

#47 – Tự so sánh

Hồi sinh viên, tôi được nghe một doanh nhân thành đạt nói, "Bí quyết để không ai cạnh tranh được với mình, là tự cạnh tranh với chính mình, mỗi ngày." Lúc đó, dù ấn tượng nhưng tôi vẫn còn rất mơ hồ về câu nói ấy, song giờ thì tôi đã hiểu.

Khi bạn cố gắng cạnh tranh với một ai đó, thì đích đến của bạn cuối cùng cũng chỉ là chỗ họ đang đứng mà thôi. Và nếu không may, người mà bạn đang cạnh tranh tự nhiên bỏ cuộc thì có thể bạn sẽ mất phương hướng, vì chẳng còn ai để cạnh tranh.

Còn khi bạn cạnh tranh với chính mình, bạn sẽ liên tục tiến lên, mỗi ngày. Cạnh tranh với chính mình? Một khái niệm nghe thật là trừu tượng, một việc làm tưởng chừng khó, song thật ra rất đơn giản.

Chỉ cần vào cuối mỗi ngày, bạn nghiêm túc trả lời hai câu hỏi sau đây, rồi mới cho phép mình đi ngủ, là bạn đã cạnh tranh với chính mình rồi:

Hôm nay tôi đã làm gì tốt hơn hôm qua?

Ngày mai tôi sẽ làm gì tốt hơn hôm nay?

Hai câu hỏi tuy đơn giản nhưng đầy sức mạnh. Câu hỏi đầu tiên sẽ giúp nhìn lại ngày hôm nay, so sánh nó với ngày hôm qua để rút bài học kinh nghiệm. Còn câu hỏi thứ hai sẽ tạo ra ý tưởng hành động cho ngày mai tốt đẹp hơn. Sau đó, bạn đi ngủ, để cho bộ não và vũ trụ làm nốt phần việc còn lại.

Hãy thử đi, rồi bạn sẽ thức dậy đầy cảm hứng, biết mình cần phải làm gì để hôm nay trở nên tuyệt vời hơn. Để truyền cảm hứng cho bạn luyện thói quen hữu ích này, tôi đã thiết kế một cuốn Sổ tay của Người Thành Công (Fususu), hãy tìm hiểu về nó bạn nhé!

#48 – Wow! Bạn vẫn còn sống!

Có một thói quen cực kỳ đơn giản, những lại có thể đem đến những kết quả khác biệt cho cuộc sống của bạn. Và tôi phải chia sẻ, trước khi quá muộn. Đó là...

Khi tỉnh dậy vào buổi sáng, hãy mỉm cười, tự nhắc bản thân: "Wow, mình vẫn còn sống!"

Mỗi một giờ trôi qua, hãy mỉm cười, tự nhắc bản thân: "Wow, mình vẫn còn sống!"

Trước khi đi ngủ vào buổi tối, mỉm cười, hãy tự nhắc bản thân: "Wow, mình vẫn còn sống!"

Suy cho cùng thì sự lười biếng, trì hoãn, mất tập trung, làm những việc không quan trọng, v.v... tất cả đều bắt nguồn từ một suy nghĩ: Thời gian vẫn còn nhiều.

Sự thật là theo thống kê, mỗi ngày có hơn 151.000 người chết, mỗi giờ có hơn 6.300 người chết, và đâu có gì đảm bảo là bạn sẽ không nằm trong số đó vào một khoảnh khắc bất chợt trong tương lai?

Do vậy, nếu như bạn vẫn còn tỉnh dậy hôm nay,

bạn vẫn còn được hít thở mỗi giờ, hãy mỉm cười, biết ơn, thầm nói, "Wow, mình vẫn còn sống!"

Việc luôn ý thức rằng thời gian sống là có hạn, không phải là để trở nên bi quan, mà là để chúng ta bắt đầu dừng lại những việc làm vô nghĩa, và tập trung hơn cho những việc quan trọng, những việc mà đáng ra phải làm từ lâu lắm rồi.

Ngoài ra, khi gặp ai đó, bạn có thể mỉm cười, thầm nói "Wow, họ vẫn còn sống!" (thầm nói thôi nhé, chứ đừng thốt ra tiếng)

Khi ấy, sức mạnh biết ơn cuộc sống sẽ toả ra từ ánh mắt, bạn sẽ tự nhiên thấy họ trở nên đáng yêu và dễ tha thứ hơn nhiều đấy. Tin tôi đi, họ cũng sẽ cảm nhận được phần nào năng lượng tích cực ấy toát ra từ bạn, mối quan hệ sẽ tự nhiên cải thiện.

Tóm lại, hầu hết mọi người đều nghĩ mình sẽ sống thật lâu (và tôi cũng ước như thế), song chẳng có gì đảm bảo là ngày mai, thậm chí 1 giờ sắp tới, chúng ta, hoặc một người nào đó chúng ta yêu thương, vẫn còn sống.

Cho nên, ngay khi còn có thể, hãy mỉm cười, thầm nói, "Wow, tôi vẫn còn sống, bạn vẫn còn sống!" và làm những việc chúng ta phải làm, trước khi quá muộn.

Hãy làm ngay!

#49 – Cách để hạnh phúc và khoẻ mạnh cả đời...!

Làm sao để hạnh phúc và khoẻ mạnh cả đời? Tôi dám cá hầu hết những câu trả lời bạn nghĩ đến, sẽ xuất phát từ kinh nghiệm quá khứ của bản thân, hoặc của ai đó. Đặc điểm chung là chúng đều dựa trên trí nhớ, mà bạn biết đấy, bộ não chúng ta quên quên nhớ nhớ, khó mà chính xác được.

Song sẽ ra sao nếu chúng ta có được dữ liệu ghi lại bức tranh toàn cảnh của cả đời người? Các giáo sư ở Harvard đã thực hiện một nghiên cứu hiếm có về hạnh phúc. Trong 75 năm, họ theo dõi cuộc đời của hơn 724 người ở mọi tầng lớp, từ bé tới già, chi tiết tới mức... kiểm tra sức khoẻ, trích máu, scan não bộ.

Gần đây nhất, giáo sư Robert Waldinger, giám đốc thứ 4 thừa kế dự án này, với kho tư liệu dài cả chục ngàn trang, đã công bố kết quả nghiên cứu: Không phải tiền bạc, sự nổi tiếng, sức khoẻ, hay một niềm đam mê nào đó làm chúng ta hạnh phúc, khoẻ mạnh, mà đó là những mối quan hệ tốt. Chấm hết.

Những người kết nối với gia đình, bạn bè, xã hội nhiều hơn, sẽ sống hạnh phúc và khoẻ mạnh hơn. Số lượng những mối quan hệ, cũng không quan trọng bằng chất lượng của mối quan hệ đó. Những mối quan hệ tốt không chỉ bảo vệ hạnh phúc, mà còn bảo vệ não bộ và sức khoẻ của chúng ta.

Khi xem đoạn Clip dài 12 phút của giáo sư Robert Waldinger trên TED.com, tôi đã suy ngẫm về những mối quan hệ của mình. Tôi tự hỏi làm sao để cải thiện chất lượng của chúng, cũng như có thêm những mối quan hệ tốt đẹp? Một kho những ý tưởng nảy ra trong đầu, và thêm một kho nữa khi tôi hỏi anh bạn thân Google.

Tôi hiểu rằng để thực hiện hết tất cả không đơn giản. Nên sau khi tổng hợp, đánh giá, tôi đã chọn lọc ra một thói quen nhỏ mà có võ, có thể thay đổi ngay lập tức chất lượng của mối quan hệ. Nó đơn giản tới mức ai cũng có thể làm ngay được, bạn hãy thử xem sao nhé!

Đó là thay vì dùng câu hỏi thăm xã giao quen thuộc "Hôm nay thế nào?" hoặc "Ăn cơm chưa?", hãy hỏi một cách cụ thể "Hôm nay có gì khiến bạn mỉm cười?", "Hôm nay bạn đã vượt qua khó khăn nào?", "Hôm nay bạn đã làm gì mới mẻ?".

Hãy thử mà xem, rồi bạn sẽ ngạc nhiên vì kết quả nó mang lại đấy! Chúc bạn Thay Thói Quen Đổi Cuộc Đời!

#50 - Trị thói trì hoãn với mẹo "Khắc ngày"

Bạn có một mục tiêu nào đó mà mãi vẫn chưa hoàn tất không? À, câu hỏi chính xác hơn có lẽ là bạn có bao nhiêu mục tiêu như vậy?

Tôi thì nhiều lắm, cho tới khi tôi phát hiện ra một mẹo nhỏ mà có võ, giúp mình dần dần bỏ thói quen không tốt "đặt ra rồi để đó" này.

Tôi phát hiện ra nó khi xem các bộ phim lạc ngoài hoang đảo, hầu như lần nào cũng có một chi tiết quen thuộc, gọi là "khắc ngày".Khi lạc trên đảo hoang, tôi thấy ai cũng làm một việc là khắc lên thân cây, hoặc phiến đá, đánh dấu số ngày họ đã ở đảo. Tại sao vậy?

Ngoài việc để nắm được lịch, tôi tin rằng nó còn một tác dụng khác nữa. Đó là cách giúp họ luôn nhớ mình là ai, mình đã tới đây bao lâu rồi, và hi vọng một ngày nào đó sẽ trở về. Nếu không làm như vậy, những hiệu ứng tâm lý có thể sẽ giết chết tinh thần họ mau chóng.

Khi ta trì hoãn một mục tiêu nào đó, một nguyên do là cái anh "Động văn Lực" đã lạc ngoài đảo hoang, có khi quên mất mình là ai, cưới vợ ở đó, trở thành dân đảo, ở luôn đó chứ không về nữa.

Do vậy, tôi đã nghĩ ra một cách áp dụng nguyên lý "khắc ngày" rất đơn giản. Mỗi lần đặt mục tiêu, bạn hãy ghi ngày giờ mình đặt ra, và đếm xem bao nhiêu ngày đã trôi qua kể từ lúc đặt mục tiêu đó.

Để kích hoạt thói quen nhỏ này mạnh mẽ hơn, tôi đã thiết kế một File Excel. Nó sẽ giúp bạn lập danh sách những mục tiêu mình đề ra, ngày giờ đặt ra, ngày giờ dự kiến hoàn thành, ngày giờ hoàn thành thực tế. Và quan trọng là có hai cột đếm tự động, giúp "nhắc nhở" bạn xem đã bao nhiêu ngày trôi qua kể từ khi đặt mục tiêu, cũng như còn bao nhiêu ngày nữa là tới "deadline" (nếu bạn thiết lập).

Để Download File Excel, bạn hãy Google từ khoá "Cách đặt mục tiêu Fususu". Chúc Động Lực của bạn sớm quay trở về từ đảo hoang (mang thêm cả người vợ Cảm Hứng).

#51 - 4 điều quan trọng nhất để thuyết trình thông suốt

Hôm vừa rồi, đứa cháu lớp 6 của tôi có hỏi, "Chú ơi, làm sao để thuyết trình tốt?"

Tôi đã rất ngạc nhiên.

Ấn tượng ngày xưa về lớp 6 của tôi là 6 việc: 1. Bắn bi, 2. Đá cầu, 3. Trốn tìm, 4. Ghi chép bài giảng, 5. Làm BTVN, 6. Thi thoảng cúp học chơi Games. Mãi tới lúc sinh viên, tôi mới biết thuyết trình là gì, mà cũng chỉ là lý thuyết, chứ cơ hội đứng sân khấu thực sự cũng chẳng được là bao.

Sau này, tôi may mắn có 5 năm làm việc ở một môi trường buộc mình phải thuyết trình. Làm sao để tóm lại 5 năm kinh nghiệm thực tế ấy cho cháu tôi? Tôi đã đặt một câu hỏi, "Điều quan trọng nhất trong thuyết trình là gì?" và đây là 4 điều tôi rút ra, chắc chắn sẽ hữu ích cho bài thuyết trình sắp tới của bạn.

1. THUYẾT phục chính mình

Bản chất của thuyết trình là bạn lên sân khấu, chia sẻ một ý tưởng, thuyết phục người nghe tin vào điều đó. Vậy nếu như những gì bạn nói ra, không thuyết phục được chính bản thân bạn, thì làm sao có thể thuyết phục được người khác? Do vậy, hãy chỉ nói những điều bạn tin, bạn hiểu, bạn thấy hay.

2. Cách TRÌNH bày hay

Cùng là một ý tưởng "tôi có cái điện thoại mới", song tại sao Steve Jobs lại có thể khiến cả thế giới mua những quả táo không những không ăn được, mà còn bị... cắn dở? Vấn đề là cách trình bày hay. Hãy học hỏi Clip thuyết trình hay trên TED.com và thử áp dụng cho ý tưởng của bạn.

3. Liên kết THÔNG điệp

Nhiều người nghĩ để thu hút trong thuyết trình, họ nên kể chuyện cười hoặc tổ chức các hoạt động vui. Tốt đấy, song nếu chúng chẳng liên quan tới thông điệp của bạn, thì chỉ là một dạng "câu giờ" mà thôi. Nếu bạn muốn làm điều đó, hãy đảm bảo chúng phải liên quan chặt chẽ tới những gì bạn định nói.

4. Người nghe nhớ SUỐT

Đây là bước mà kể cả các diễn giả lớn cũng thường quên, khiến cho bài thuyết trình của họ có thể rất hay, nhưng sau đó khán giả... chẳng biết làm gì cả. Hãy nhớ, người ta thường nhớ nhất khi họ tự làm, nên hãy giúp họ nhớ suốt đời bài diễn thuyết của bạn bằng một hành động cụ thể nào đó.

Và đây là một hành động mà tôi khuyên bạn nên dùng nó suốt đời cho bất cứ bài nói nào, một kinh nghiệm tôi học hỏi được từ diễn giả bậc thầy, nhà vô địch diễn thuyết thế giới năm 2001, Darren Lacroix.

Đó là thông thường khi chuẩn bị thuyết trình, người ta hay nghĩ phần đầu trước, làm sao mở bài ấn tượng, bô lô, ba la. Nếu bạn muốn THUYẾT TRÌNH THÔNG SUỐT, bạn phải làm từ cuối lên!

Cụ thể, hãy tưởng tượng bạn đang ở những phút cuối của bài nói chuyện. Hãy viết một đoạn 100 từ tóm lại bài nói chuyện của bạn. Kiểu như, "Tóm lại, sau buổi chia sẻ này, tôi tin rằng bạn cảm thấy rằng....... Điều tôi muốn bạn nhớ là....... và cuối cùng, để tạo kết quả khác biệt, hãy áp dụng bí quyết này........"

Nếu áp dụng bí quyết từ cuối lên này, bạn sẽ không chỉ tránh được tình trạng lan man, mà bạn sẽ còn tự tin hơn, và khán giả sẽ thấu suốt những gì bạn nói. Chúc bạn THUYẾT TRÌNH THÔNG SUỐT!

P.s. Lý thuyết chỉ là lý thuyết, cách tốt nhất để thuyết trình hay, là bạn có nơi thực hành. Hãy Google từ khoá "Câu lạc bộ thuyết trình Fususu" và bạn sẽ thấy một câu lạc bộ rất thú vị, có thể có ở chỗ bạn đấy.

#52 - Hãy bước chậm lại, để tiến nhanh hơn!

Dạo này bạn có thấy bận rộn và căng thẳng không? Nếu có, hãy chậm lại, dành chút thời gian nhâm nhi nhấm nháp từng chữ nhé.

Hôm 20.10 vừa rồi, đúng ngày phụ nữ, tôi... được tặng quà. Đừng hiểu nhầm nhé, chỉ là nó tới đúng thời điểm mà thôi, chứ tôi vẫn là đàn ông chính hiệu. Món quà là một cuốn sách Best seller của Hàn Quốc, mang cái tên rất hay: Bước chậm lại giữa thế gian vội vã.

Tôi mới đọc được một chút, mà không hiểu sao câu hỏi này cứ văng vẳng trong tâm trí, "Do thế gian này vội vàng hay do chính tâm trí bạn đang quá bận rộn?"

Và câu trả lời đã đến: Cả hai.

Thế gian này thật ra đã vốn hối hả, và cái tâm trí thích phản ứng nhanh của chúng ta, đã góp phần nhân đôi tốc độ của cơn lốc ấy. Chúng ta bị cuốn vào một vòng xoáy không ngừng, tới lúc muốn dừng lại cũng chẳng được, vì ta đã trở thành nô lệ của thói quen: phản ứng nhanh.

Ngày mới đến, bình minh lên. Song ta đâu có để ý tới mặt trời, phản xạ đầu tiên là tắt báo thức, rồi ước hôm nào cũng là... chủ nhật.

Cả ngày, chim kêu líu lo, lá cây xào xạc, sóng biển rì rào... song chúng đâu có quan trọng bằng một tin nhắn, một cuộc gọi, rồi cả đống vấn đề chồng chất của cuộc sống hiện đại.

Cuối ngày, hoàng hôn tới. Song ta đâu có để ý, tâm trí vẫn còn vương vấn một vấn đề nào đó khiến ta khó chịu trong ngày, mãi tới lúc ngủ mà tâm trí vẫn quay cuồng.

Thế đấy, người ta dành cả ngày, thậm chí cả đời để phản ứng, để biến mình trở thành cỗ máy giải quyết mọi vấn đề ở thế giới bên ngoài, mà quên đi vấn đề lớn nhất ở bên trong. Hãy sống chậm lại, rồi bạn sẽ nhận ra khi vấn đề của bản thân được giải quyết, hình như mọi vấn đề trên thế gian cũng tiêu tan.

Một chiếc xe chất chứa đầy đồ đạc, thì làm sao mà đi nhanh được? Tương tự, một tâm trí bận rộn, chỉ càng làm cho vấn đề trở nên trầm trọng hơn mà thôi. Đó là lý do tôi nói rằng: Hãy sống chậm lại, để bước nhanh hơn. Vậy làm sao để sống chậm lại?

Giống như một chiếc xe đang phóng nhanh, nếu bóp phanh đột ngột sẽ rất dễ sốc. Chúng ta nên giảm dần tốc độ, giảm dần sự phản ứng của tâm trí với những vấn đề xung quanh. Hãy bắt đầu hành trình này với những bước đi nhỏ:

Khi đồng hồ báo thức vang lên, hãy đếm từ 1 tới 5, hít thở, mỉm cười, rồi hẵng tắt nó.Khi điện thoại reo lên, hãy đếm từ 1 tới 5, hít thở, mỉm cười, rồi hẵng nhấc máy.Khi tin nhắn tới, hãy đếm từ 1 tới 5, hít thở, mỉm cười, rồi hẵng trả lời.

Khi đọc hết bài này, hãy đếm từ 1 tới 5, hít thở, mỉm cười, rồi... làm gì tuỳ bạn.

Cảm ơn bạn!

Vậy là bạn đã nắm được rất nhiều thói quen "nhỏ nhưng có võ", vấn đề còn lại chỉ là làm sao "thi triển" được chúng trong cuộc sống hằng ngày, và đạt những kết quả tuyệt vời mà thôi!

Trên hành trình đó, tôi rất vui nếu được đồng hành cùng bạn. Nên tôi đã thiết kế một khóa tự học 7 ngày giúp bạn tạo dựng thói quen thành công với các bước rất khoa học.

Kiến thức này rất giá trị, song tôi sẵn lòng cho đi miễn phí vì một thế hệ người Việt thay đổi bản thân bền vững. Tất cả những gì bạn cần làm chỉ là google từ khóa "cách tạo thói quen Fususu" hoặc quét mã QR bên dưới và thực hiện theo hướng dẫn.

Mong tin tốt lành,

FuSuSu

Nguyễn Chu Nam Phương